AF369201

கண்ணாடி காலங்கள்

பாரதி

ஏலே பதிப்பகம்

கண்ணாடி காலங்கள் – கதை
© பாரதி 2021
எழுத்தாளர்: பாரதி

முதல் பதிப்பு: அக்டோபர் 2021

இப்புத்தகத்தின் முழு உரிமை மற்றும் பொறுப்பு
ஆசிரியருக்கே சொந்தமாகும்.

வெளியீடு:
ஏலே பதிப்பகம்
5/175, பாத்திமா நகர்,
கூத்தென்குழி,
திருநெல்வேலி – 627104
தொடர்புக்கு: 9944992571

Kannaadi Kaalangal - Story
All CopyRights Reserved By © Bharathi 2021
Author: Bharathi
Instagram / bharathi._.kannamma
First Edition: October 2021

Published By:
Aelay Publish
5/175, Fathima nagar,
Kuthenkuly,
Tirunelveli -627104
Phone: 9944992571

Design And Executed by

ISBN : 978-93-5533-185-4
Page : 152

முகவுரை

காதலுக்குப் பல கோணங்கள் உண்டு. வரையறைகள் உண்டு. காதலைப் பொறுத்த வரையில் பெண்களின் மீதான இந்த சமூகத்தின் பார்வையை மாற்றவே இந்தப் புத்தகம் முயற்சி செய்துள்ளது.

சமர்ப்பணம்

தன் குடும்பத்திற்காகவும் தன்னைச் சார்ந்தவர்க்காகவும் தன் ஆசை கனவு என அனைத்தையும் தன்னுள் புதைத்து தானும் அதில் கரைந்து தன்னையும் தன் கனவுகளையும் தியாகம் செய்யும் ஒவ்வொரு சராசரி பெண்ணிற்கும்.

நன்றி

நன்றி என்னும் ஒரு வார்த்தையில் என் நன்றி உணர்வை வரையறுத்திட இயலாத போதிலும் இப்படைப்பு உருவாவதற்கு மிக முக்கியக் காரணமாக அமைந்த என் குடும்பத்திற்கும் நண்பர்களுக்கும் மற்றும் இதற்காக உதவிய, மனதளவில் ஊக்கப்படுத்திய அனைவருக்கும் என் உள்ளம் கனிந்த நன்றியைத் தெரிவிக்கக் கடமைப் பட்டிருக்கிறேன்.

கண்ணாடி காலங்கள்

கண்ணாடி காலங்கள்

திராணியற்றவனாய் வானத்தை வெறித்துக் கொண்டிருந்தான் அகிலன். அந்தி வானம் பன்னீர் தூவும் நேரம். நிலவின் வருகையை நோக்கி நட்சத்திரங்கள் கண் சிமிட்ட, முதல் முறை இயற்கையின் ரம்மியம் ரசிக்கும் படியாய் இல்லை அவன் மனதில்.

காரணம்..... தன் வினு. வெகுசில நாட்கள் முன் வரையில் தனக்கு மட்டுமே உயிரில் உணர்வில் உரியவளாய் இருந்த வினு. ஐந்தாண்டுகள் தன் நிழலாய் கரைந்தவள். தன்னில் பாதியாய் உறைந்தவள். தேவதையின் சாயல் கொண்டவள். மாலை வெயிலின் மஞ்சளும் வானவில்லின் சிவப்பும் குழைத்து செய்த நிறமவள். நிறைமதியை மேகங்கள் மறைக்க மூழ்கத் தொடங்கினான் அவள் நினைவுகளில்.......... தான் தேடித் தேடிச் சேர்த்த அவள் நினைவுப் பொக்கிஷங்களில் கரைந்து போக ஆரம்பித்தான்.

ஆறு ஆண்டுகளுக்கு முன்பு...

தன்னவளைச் சந்திக்க நேர்ந்த முதல் பேருந்துப் பயணத்தைத்தான் தன் வாழ்நாளில் எப்படி மறக்க முடியும்? பேருந்தின் நிறைந்து வழிந்த கும்பலில் ஜன்னலோர தேவதையாய் அவள் அமர்ந்திருந்தாள். கும்பலில் ஒருவனாய் நின்றிருந்த அவன் திடுமென அவள்புறம் நோக்க சற்றே திகைத்து நின்றான் அவள் பேரழகில். விழிகள் விரிந்து அவளைப் பார்த்திருந்தான் தான் இறங்கும் இடத்தையும் கடந்துவிட்டு. காரணம் அவளைப் பற்றிய தகவல்கள் தெரிந்தாக வேண்டுமே! மிகுந்த சிரமமின்றி கண்டும் பிடித்து விட்டான் அவள் பயிலும் கல்லூரியின் விலாசத்தை.

'ஐயோ! கல்லூரியின் உள்ளே வெளி ஆட்களை அனுமதிக்க மாட்டார்களே! தன் கண்ணெதிரே மறைந்து கொண்டிருக்கிறாளே! என்ன செய்வது? ஏது செய்வது?' ஜேம்ஸ் பாண்ட் கணக்காக யோசிக்கலானான். அலைபேசி அண்ணன் ஒலித்தபோது தான் பேரதிர்ச்சி தாக்குண்டது போலானான். வந்த அழைப்பு அப்படியல்லவா?

இன்கம்மிங் கால்...
டீம் லீட்.

கண்ணாடி காலங்கள்

தற்பொழுது தான் கோமாவிலிருந்து சுயநினைவிற்கு வந்தவன் போல் நான் யார்? எங்கிருக்கிறேன்? கணக்காக சற்றே சுதாரித்துப் பேச ஆரம்பித்தான்.

எதிர் முனையில் குரல் கேட்கும் முன்

"யெஸ் அமர்ஜித். வில் பீ தேர் இன் டென் மினிட்ஸ்".

என்று சில்க் போர்டிலிருந்து சர்ஜாபூரில் இருக்கும் தன் டீம் லீட்க்குத் தகவல் தெரிவித்து அழைப்பைத் துண்டித்தான்.

'இறைவா! இது என்ன சோதனை? எப்படிப் பார்த்தாலும் கூகுள் மேப் பத்து நிமிடத்தில் சர்ஜாபூர் அடையும் வழியைக் காட்ட மாட்டேங்குதே!' ஒரு வழியாக அரைமணி நேரத்தில் தன் அலுவலகம் வந்து சேர்ந்து எல்லோரிடமும் ஒரு அட்டென்டன்ஸ் போட்டு விட்டு வேலையில் ஈடுபடத் தொடங்கினான். க்ளையன்ட் மீட்டிங், ப்ராஜெக்ட் டெமோ என எதிலும் மனம் லயிக்கவில்லை. வேலையாவது வெண்டைக்காயாவது... சிந்தனை முழுதும் தன் ரதி நிறைந்திருக்கிறாளே!

'அவள் பெயர் என்னவாக இருக்கும்? தோற்றத்திற்கேற்ற பெயர் வைத்திருப்பாளோ ரதி என்று? ...... கவி, கனி, கலை ஒருவேளை கனகாம்பரம்.... ச்சீச்சீ ....இருக்காது '.

தன் விபரீத எண்ண ஓட்டங்களைத் தடுக்க முயன்று தன்னுடன் குப்பை கொட்டும் நண்பனிடம் பேச ஆரம்பித்தான். ஒரு வழியாக வேலை முடிந்து இரவு வீடு திரும்பியும் கூட அவள் பிம்பத் திரைகள் அவன் நெஞ்சை விட்டு அகல வில்லை.

'என்ன செய்து கொண்டிருப்பாள் என் தேவதை? சாப்பிட்டிருப்பாளா? தூங்கியிருப்பாளா? ஒரு வேளை காதலன் ஏதும் இருந்து அவனுடன் அரட்டை அடித்துக் கொண்டிருப்பாளோ? டேய் அகிலா.....உன் நினைப்பில் தீயைக் கொளுத்த'. தனக்குத் தானே பட்டி மன்றம் நடத்திக் கொண்டிருக்கின்றான் நடு நிசியில்.....

ஒரு வழியாக நான்கு நாட்கள் கழித்து அவள் கல்லூரியின் அருகில் அவளைச் சந்திக்க நேர்ந்தது. இவன் தான் கல்லூரிக்கு நேர்ந்து விட்டவன் போல் காலையும், மாலையும் கல்லூரி வாசலிலேயே தவம் கிடக்கிறானே! கல்லூரி முடிந்து அவள் வந்து கொண்டிருக்கையில்..........

நூறு முறை ஒத்திகை பார்த்திருப்பான் எந்த வார்த்தையை, எந்த இடத்தில், எப்படிப் பிரயோகிக்க வேண்டுமென்று. அவள் அருகில்

வர வர இன்ஜினியரிங் மாணவனின் விடைத்தாள் கணக்காக அனைத்தையும் மறந்தே விட்டான். சற்றும் தாமதமின்றி கடந்து சென்று கொண்டிருக்கிறாளே! மிகுந்த ஏமாற்றத்துடன் வீடு திரும்பினான்.

ஒரு சில மணித்துளிகளில் நம் வாழ்வையே மாற்றி விடும் நிகழ்வுகளைத் தான் நம்மில் யாரேனும் மறந்து விட முடியுமா என்ன? எவ்வளவு நெஞ்சுறுதி உடையவன், ஒரு பெண்ணின் விழிகளைச் சந்திக்க இயலாமல் அவளுடன் பேச முடியாமல் போனது பற்றி வெகுநேரமாகியும் இயல்பு நிலைக்கு மீள முடியாமல் தவித்திருந்தான். 'ஒரு வேளை இதுதான் காதலின் ஆரம்பமோ?

நாட்கள் செல்லச் செல்ல வேலையில் கவனம் சிதறுவது புரிந்த பின் தன் அலுவலகப் பணியில் ஈடுபட ஆரம்பித்தான். அவள் ஞாபகங்கள் தன்னைச் சூழ்ந்திருக்கவே நாட்கள் உருண்டோடின.

வழக்கம் போல அலுவல் நாள் ஒன்றில் காலை அலுவலகத்திற்குள் நுழையும்போது பதினைந்து கல்லூரி மாணவர்கள் வரவேற்பறையில் அமர்ந்திருந்தனர். உடன் பணியாற்றும் தோழியிடம் கேட்டுத் தெரிந்த வரையில் இன்டெர்ன்ஷிப்பிற்காக வந்துள்ளதகவும் பத்து நாட்கள் தங்கள் அலுவலகத்தில் பயிற்சி பெறுவார்கள் என்றும் அறிந்து கொண்டான். இலவச இணைப்பாக தன் தோழி அந்தக் கல்லூரியின் பெயரைக் கூறியதும் அதுவரை பத்தோடு பதினோரு செய்தியாக கேட்டுக் கொண்டிருந்தவன் உடனே மிட்டாய்க் கடை கண்ட குழந்தை போல தன் தேவதையும் வந்திருப்பாளா எனத் தேட ஆரம்பித்தான். அதிர்ஷ்டம் உண்மையிலேயே அவன் பக்கம் இருந்தது.

அதோ.... அங்கே தான்....

தங்கச் சிலையாய் பார்பி பிங்க் சல்வார் கமீஸில் தன் கல்லூரி நண்பர்களுடன் அமர்ந்திருந்தாள். அவள் தான்....... அவளே தான். என்றேனும் பார்த்துப் பேசிவிட மாட்டோமா என்று நினைக்க வைத்தவள் தான். தற்போது தனக்கு நூறடி தொலைவில். இருந்தென்ன? நமக்குத் தான் தயார் நிலையிலிருந்தாலே வார்த்தை வருவது கடினம். இவளோ திடுதிப்பென்று வந்து நிற்கிறாள். 'சரி பத்து நாட்கள் இங்கே தானே இருக்கப் போகிறாள். பேசிக் கொள்ளலாம்' என்று தன் வேலைகளில் மூழ்கினான்.

மாணவர்களுக்கு இன்டெர்ன்ஷிப்பில் பயிற்சி தரும் பொறுப்பு அவனிடமும், உடன் வேலை பார்க்கும் இரண்டு பெண்களிடமும்

ஒப்படைக்கப் பட்டிருந்தது. பயிற்சியின் முதல் நாளில் தன்னை மாணவர்களுக்கு அறிமுகம் செய்து கொண்டு மாணவர்களின் விவரங்களை சேகரித்துக் கொண்டான்.

பெயர் வினு, 'பிருந்தாவன் காலேஜ் ஆஃப் இன்ஜினியரிங்' கல்லூரியில் மூன்றாமாண்டு படித்துக் கொண்டிருக்கிறாள். 'இப்போதைக்கு இந்தத் தகவல் போதுமானது' என்று நினைத்தபடி பத்து நாட்கள் பயிற்சியிலும் தன் பணியிலும் ஈடுபடத் தொடங்கினான். இன்டெர்ன்ஷிப்பின் கடைசி நாள் ஒருவாறான துணிச்சலை வரவழைத்துக் கொண்டு நேரே அவளிடம் சென்றான்.

"ஹாய் வினு!"
அருகில் வந்தவனைக் கவனித்து
"ஹலோ சார்" என்றாள்.
"நோ சார். யூ கேன் கால் மீ அகில்".
"ஒகே அகில்" என்றவளின் குறும்புத் தனத்தை ரசித்தபடி
"என்ன செய்து கொண்டிருக்கிறீர்கள்" என்று கேட்டான்.
"ப்ரிப்பேரிங் எ ரிப்போர்ட் ஆன் தி இன்டெர்ன்ஷிப் அகில்" என்றாள்.
"உங்களிடம் ஒரு ஐந்து நிமிடம் பேச வேண்டும்".
"யெஸ் ப்ளீஸ்"

என்றவள் அவனை ஆர்வமுடன் நோக்கினாள். முன்பின் அறிமுகமில்லாதவன் அப்படியென்ன பேசிவிட முடியும்?

அவள் விழிகளைப் பார்த்தவுடன் சற்றே தடுமாறினான். அனைவரையும் வசீகரிக்கும் காந்தப் பார்வை. அவளது விழிக்கடலில் நீந்த முடியாதவனாய் நிலை குலைந்தான். இரண்டு நிமிட மௌனத்திற்குப் பிறகு பேசத் தொடங்கினான்.

அவளை முதன் முதலில் சந்தித்ததிலிருந்து கல்லூரி வாசலிலேயே தவமிருந்தது வரை ஒரு குழந்தையைப் போல் ஒப்பித்து மேலும் தொடர்ந்தான். அதற்குள் ஒருவாறாக நிலைமையைப் புரிந்து கொண்டாள் வினு.

"ஐ யம் இன் லவ் வித் யூ. உன்னை என்னில் பாதியாய் உணர்கிறேன். என் நாட்களை, என் முதுமையை, என் வாழ்க்கையை உன் அன்பில் நிறைக்க விரும்புகிறேன். ஆயுள் முழுதும் உன் விரல்கள்

கோர்த்து உன்னை என் காதலியாய், மனைவியாய், தோழியாய், குழந்தையாய் பார்த்துக் கொள்ள விரும்புகிறேன்".

உலகின் ஒட்டு மொத்த தைரியத்தையும் திரட்டிக் கூறி முடித்தான். எதிர் முனையிலிருத்தவளுக்குத் தலை சுற்றி என்னவெல்லாமோ செய்ய ஆரம்பித்தது. வார்த்தைகள் வற்றித் தடுமாறினாள். உடனே இயல்பு நிலைக்குத் திரும்பி

"அகில் வீ டோன்ட் ஈவன் நோ ஈச் அதர். நான் இங்கிருக்கப் போவது அதிகபட்சம் ஒரு நான்கு மணி நேரம் தான். சோ லெட்ஸ் பீ குட் ஃப்ரெண்ட்ஸ்" என்று சொல்லி அங்கிருந்தும் அலுவலகத்திலிருந்தும் இன்டெர்ன்ஷிப் நிறைவடைந்து கிளம்பி விட்டாள்.

ஆனால் அவள் வார்த்தைகள் மட்டும் கரை தீண்டும் அலையாய் அவன் காதில் ஒலித்துக் கொண்டே இருந்தது. அதன் பிறகு இயல்பு வாழ்கைக்குத் திரும்ப முடியாதவனாய் தவித்துக் கிடந்தான். அவளின் இன்மையை வெகுவாக உணர்ந்தான்.

ஒரு நாள் முகநூலில் தொடர்பு கொண்டு பேசினான். அவளும் இயல்பாகவே பேசினாள். அவ்வப்போது இருவரும் முகநூலில் நண்பர்களாக பேசவே செய்தனர். அந்த ஒரு வருடத்தில் அகிலனும் அவளைப் பற்றியோ அவளுடன் தன் எதிர்காலம் அந்த கனவுகளைப் பற்றியோ நினைக்காமல் இல்லை.

பலமுறை நேரில் சந்தித்து எடுத்துக் கூறியும் தன் முயலுக்கு மூன்று கால் கணக்கிலேயே நின்றாள். முன்பு இந்த ஒரு வருட காலத்தில் வினுவிற்குப் புரிய வைக்க அகிலன் செய்யாத முயற்சிகள் இல்லை. வேண்டாத தெய்வங்கள் இல்லை. பிறகு விருப்பமில்லாத பெண்ணைத் தொல்லை செய்வது அநாகரீகம் என்று அவளிடம் இதைப் பேசுவதை நிறுத்தி விட்டான். ஆனால் வேலை நிமித்தமாக எப்பொழுது வெளியூர் செல்ல நேர்ந்தாலும் அவளிடம் தகவல் தெரிவிக்கத் தவறியதில்லை. அவளோ காரணம் புரியாமல் குழம்பித்தான் போனாள்.

அந்த ஆண்டின் இறுதியில் தான் அவனுக்கு மகிழ்ச்சி கலந்த துன்பச் செய்தியும் வந்தது. அதுதான். அவளைத் தன் வாழ்நாளில் சந்திப்பதற்கு முன் ஆவலோடு எதிர்பார்த்திருந்த, தன் வாழ்விலும் தன்னிலும் அவள் கலந்த பின் நடந்து விடக் கூடாது என்று அஞ்சிய ஆன்சைட் ஆஃபர். தன் கனவுகளில் இனித்த அவளின் நினைவுகளை நிஜத்தில் தக்கவைத்துக் கொள்ள முடியாமல் போனதை நினைத்து ஆன்சைட் ஆஃபரை ஏற்றுக்

கொண்டான். அடுத்த நாளே கனடா கிளம்ப வேண்டியிருக்குமே! இந்த நாட்டில் தான் சுமந்த அவளது ஞாபகங்களை மட்டுமே திரட்டிக் கொள்ள முடியும் என்றெண்ணியவன் அவளுக்குக் குறுஞ்செய்தி ஒன்றை அனுப்பினான்.

"ஹாய் விணு. கேன் வீ மீட் திஸ் ஈவினிங்? ……… இம்பார்ட்டன்ட்".
"ஹேய் அகில். யெஸ். லெட்ஸ் மீட் அட் சிக்ஸ் இன் தி ஈவினிங்".

கல்லூரி விடுதியில் அவள் தங்கியிருந்ததால் அதிக தொலைவும் அவளால் வர முடியாது. அருகிலிருந்த பூங்கா ஒன்றில் இருவரும் சந்தித்தனர். அகிலன் வேலைக்கான வெளிநாட்டுப் பயணம் உட்பட அனைத்தையும் கூறிவிட்டுத் தான் வெளியில் செல்ல நேரும் போதெல்லாம் அவளை சந்திக்க வேண்டுமென தவித்த காரணத்தையும் வெளிப்படையாய் தன் விணுவிடம் கூறியே விட்டான்.

"விணு, நான் ஒவ்வொரு முறை வெளியில் செல்லும் போதும் உன்னை அழைத்ததின் காரணம் ஒன்றே. நாளை கனடா செல்லவிருக்கும் நிலையில் இன்று உன்னை அழைத்துப் பேச வேண்டும் என்று நினைத்த காரணமும் அதுவே. எனக்கு ஒரு வேளை ஏதேனும் நேருமானால் நான் கடைசியாக பார்த்த முகம் உன்னுடையதாக, கேட்ட குரல் உன்னுடையதாக இருக்க வேண்டும். அந்தத் திருப்தியும், நிம்மதியும் எனக்குப் போதும். என் உயிர் பிரிய நேர்ந்தாலும் நான் இறுதியாக சந்தித்த முகம் நீயாக மட்டுமே இருக்க வேண்டுகிறேன். அதன் பின் எந்த முடிவையும் இன்பமாக ஏற்றுக் கொள்வேன்" என முடித்தான். கடைசி வார்த்தைகளில் பொதிந்திருந்தன இருவரின் கண்ணீர்த் துளிகளும்.

"ஹேவ் எ சேஃப் ஜெர்னி" என்று முடித்துவிட்டு அவள் சற்றும் எதையும் எதிர்பார்க்காதவளாய் சென்று விட்டாள். அன்றிரவு இருவரும் கனத்த இதயத்துடனேயே விடியலை எதிர் நோக்கியிருந்தனர்.

'ஒரு வார்த்தை உதிர்த்து விட மாட்டாளா? நானும் உன்னை விரும்புகிறேனென்று'. ஏதேனும் அதிசயம் நிகழ்ந்து விடாதா என்றெல்லாம் ஏங்கித் தவித்தான் அன்றிரவு முழுவதும். மறுநாள் காலை மறுபடியும் "ஹேப்பி போன் வாயேஜ்" என்று ஒரு குறுஞ்செய்தி மட்டும் விடுத்திருந்தாள். அவளின் ஒற்றைக் குறுஞ்செய்திக்காக அந்த இரவெல்லாம் தூக்கம் தொலைத்தவன் அதைப் பார்த்தவுடன் ரணம் படிந்திருந்த நெஞ்சின் ஓரம் ஆறுதல் அடைந்தவனாய் "தேங்க்ஸ் விணு …மிஸ் யூ" என்று பதிலளித்தான்.

ஒரு துளியும் மனமின்றி தயாராகி தேவையானவற்றை எடுத்துக் கொண்டு கெம்ப கௌடா விமான நிலையத்திற்குப் புறப்பட்டான். வழி நெடுகிலும் தன் சிந்தை முழுதும் நிரம்பி வழிந்த அவள்...அவள்...அவள் மட்டுமே. விமான நிலையத்தை அடைந்த பின் செக்யூரிட்டி செக்-இன் என அனைத்தையும் முடித்து விட்டு விமானத்திற்குக் காத்திருந்தான். இன்னும் சில நிமிடங்களை மட்டுமே தன் நாட்டில் கழிக்கப் போகிறான். இருந்தும் இதயத்தின் ஒரு ஓரம் தீர்க்கமாக நம்பவே செய்தது அவளும் தன்னைப் போலவே தவிக்கிறாள், தன்னிடம் வந்து விடுவாள் என்று. அவன் விரும்பிய அதிசயங்கள் எதுவும் நடக்க மறுத்து, கடைசி நிமிடத் தோல்வியாளனாய் விமானத்திலும் ஏறி விட்டான். அவன் சுமந்த, சுமக்கின்ற அவளின் ஸ்பரிசங்கள் மட்டும் அவனுடன். பயணம் முழுவதும் பாவையின் நினைவுகள் பாறையில் விழுந்த பனித்துளிகளாய் சிதறிக் கொண்டிருந்தன.

அட்லின் விமான நிலையத்தை அடைந்த உடன் தன் நண்பர்கள் உதவியுடன் அவன் தங்குமிடம், அலுவலகம் என அனைத்தையும் அறிந்து கொண்டான். தன்னைப் போல அவளும் அங்கு ஏங்கிக் கொண்டிருக்கிறாளா? பிடிக்க வில்லை எனில் நான் அழைத்த போது ஏன் என்னைச் சந்திக்க வரவேண்டும்? கனடா பயணம் பற்றி சொன்னதும் கண்களில் நீர் ததும்ப நின்றாளே! அவள் கண்ணீர்த் துளிகள் உதிர்த்தனவே அவள் உள்ளத்தில் மறைத்து வைத்திருந்த காதலை! என ஆயிரம் குழப்பங்கள் அவன் மனதைச் சூழ தன் தலைவிதியை எண்ணி மனம் நொந்துதான் போனான்.

மறுநாளில் இருந்து வேலையில் ஈடுபடத் தொடங்கினான். நாட்கள் பல நகர்ந்தும் அவள் ஞாபகங்களில் சிதையுண்டவனாய் வேலையில் கவனமின்றி வாழ்வில் பிடிப்பின்றி மனம் வற்றிப் போனான்.

அகிலன் கனடா சென்று ஆறு மாதங்கள் கடந்த பின் ஒரு மஞ்சள் மாலைப் பொழுதில் வினு தன் கல்லூரியின் விளையாட்டு மைதானத்தில் அமர்ந்திருக்க நெஞ்சினுள் இனம் புரியாத ஏக்கம். வெகுவாக தவித்துப் போனாள். நினைத்து நினைத்துப் பார்க்கிறாள் அவனின் ஒவ்வொரு வார்த்தையையும், செய்கையையும்.

'எவ்வளவு கண்ணியம்! பிடிக்க வில்லை எனக் கூறியதும் செயலால் விலகி விட்டானே மனதால் விலகாமல். எவ்வளவு காதல் அவன் மனதில்! கடைசி முகம் என்னுடையதாய் இருக்க வேண்டுமென்று கூறினானே! கொள்ளை பிரியத்துடன் கண்ணியமாய் காதலை வெளிப்படுத்தினானே! தோழியாய், மனைவியாய், குழந்தையாய்

பார்த்துக் கொள்வேன்' என்று. அந்த நினைப்புத் தவிப்பிலிருந்து விடுபட நினைத்தும் அகிலனின் புன்னகை வற்றாத முகம் அவள் உள்ளம் முழுதும் நிறைய அவன் இன்மையை வெகுவாக உணர்ந்தாள்.

'காதலா? இல்லை இது மாயையா? விடை தெரியாத அல்லது விடை இல்லாத இந்தப் புதிருக்கு என்னால் மட்டும் எப்படிப் பதில் கூற இயலும்?' நொடியும் அவள் நெஞ்சை விட்டு நீங்காத அவன் முகம். கூரிய விழிகளுடன் கூர்மையாய்த் தன் மனதில் பாய்ந்த அவன் பார்வைகள், இருவரும் கடைசியாய் சந்தித்தபோது அவன் கூறிய ஒவ்வொரு சொல்லிலும் பூசப்பட்டிருந்த அவனது அன்பு. அன்றிரவு முழுதும் உறக்கம் பறிகொடுத்தவளாய் அவனைப் பற்றிய எண்ணங்கள் தன்னை ஆக்கிரமிக்க நள்ளிரவில் அலைபேசியை எடுத்து, முகநூலில் அவனுடனான தன் வெகுசில உரையாடல்களை ஆயிரம் முறையேனும் படித்திருப்பாள்.

'ஒரு வார்த்தையில் கூட கண்ணியம் குறையவில்லையே! எல்லை மீற வில்லையே! வற்புறுத்தல் இல்லையே! இதற்கு மேலும் ஒருவனால் எப்படி நேர்மையுடன் இருந்து விட முடியும்? ஒரு வருடம் எனக்காக மட்டுமே காத்திருந்தானே! இதை விட உண்மையாய் இருந்துவிட முடியுமா ஒருவனால்? கண்ணெதிரே அவனைத் தொலைத்துவிட்டுக் கனவில் தேடிக் கொண்டிருக்கிறேனே!

இரவு முழுதும் விடை தெரியாத கண்ணீர்த் துளிகளில் கரைந்தாள். மறுநாள் கல்லூரி செல்லவும் மனமின்றி விடுதியிலேயே தங்கினாள். தன் குடும்பத்தைப் பற்றி பலநூறு முறை யோசிக்கலானாள். இத்தனை வருடங்களில் எப்போதுமில்லாத பரிதவிப்பையும், உணர்வையும், பதற்றத்தையும், பரவசத்தையும் ஒருசேர அனுபவிக்க, 'இதுவரை என் பேச்சைக் கேட்ட என் மனம் இப்போது என் கட்டுப்பாட்டில் இல்லை. எந்த ஆண்மகனிடமும் ஈடுபடாத தன் மனம் தன்னையும் அறியாமல் இவன்பால் சென்றது எப்படி? எப்போது?' எத்தனை ஆண்களைக் கடந்தும் தவிர்த்தும் வந்திருக்கிறாள் இது வரை. அவர்களைப் போல் இவனையும் ஏன் ஒதுக்க முடியவில்லை? அத்தனை கேள்விகளுக்கும் பதில் கண்டுபிடித்து விட்டாள். நான்கு எழுத்துக்களில் ஒளிந்திருந்தன அவளுக்குத் தோன்றிய அனைத்துக் கேள்விகளுக்குமான பதில்......
'அகிலன்'.

தன் கைப்பேசியை எடுத்து கனடா சென்ற பின் ஒரு முறை அகிலன் பகிர்ந்திருந்த அவன் கனடா எண்ணிற்கு அழைத்தாள். பாழாய்ப் போன

அலைபேசி சேவைகள் அப்பொழுது தான் நேரம் காலம் தெரியாமல் எதிர்முனையிலிருந்து ஸ்விட்ச் ஆஃப் என்ற பதிலைத் தர வேண்டுமா? முப்பத்தி நான்கு முறை ஓயாமல் தொடர்ந்து அழைத்த பிறகு தான் எதிர் முனையில் அவன்..........

இரவெல்லாம் யாருக்காக ஏங்கித் தவித்தாளோ, யாருடைய காதலில் தன் கண்ணீரையும், தன்னையும் கரைத்து விட்டாளோ அவன் குரலைக் கேட்க முடிந்தது.

எதிர் முனையில் "ஹலோ!"

அவ்வளவு தான் உடைந்தே விட்டாள். மனம் சுக்கு நூறாகி விட்டது அவன் வசீகரக் குரலில். இந்த ஒன்றரை வருடங்களில் எத்தனை முறை ஏங்கித் தவித்திருப்பான் அவளின் அழைப்பிற்காகவும், அவளின் குரலைக் கேட்கவும், இப்பொழுது உணரத் தான் முடியவில்லை அவள் பதில் எதுவும் பேசாததால். இரவெல்லாம் இவன் குரல் கேட்க, ஒற்றை வார்த்தை அவனிடமிருந்து கேட்க கண் விழித்தவள், கண் கலங்கி நிற்கிறாள்.

"ஹலோ! வினு ஹியர்".
அவள் குரலும், பெயரும், வார்த்தையும் தன் உயிர் வரை சென்று திரும்ப "எப்படி இருக்க வினு?" என்றான். "என்னமா இந்த நேரத்துல கால் பண்ணியிருக்க? இப்போ அங்க மணி காலைல நான்கு முப்பது ஆச்சே! இந்நேரத்துல தூங்காம என்ன பண்ணிட்டிருக்க? ஏதும் ரொம்ப முக்கியமான விஷயமா?" என்றான் தொடர்ந்து.
"ஹவ் ஈஸ் யுவர் ஹெல்த்? ஹவ் ஈஸ் யுவர் ஸ்டடீஸ்? "
எதற்கும் பதில் அளிக்காமல்,
"உங்களிடம் ஒரு ஐந்து நிமிடம் பேச வேண்டும்" என்றாள்.
"ஐந்து நிமிடம் அல்ல, என் நேரம் அனைத்தும் என் வாழ்க்கை முழுதும் உனக்காக என்றே எண்ணுகிறேன்". என்றான்.

சில நொடிகள் மௌனத்திற்குப் பிறகு
        "ஐ லவ் யூ அகில்" என்று மட்டும் கூறி விட்டு அழைப்பைத் துண்டித்தாள். ஒன்றரை வருடங்கள் இவளின் இந்த மூன்று வார்த்தைகளில் தன் வாழ்க்கையைப் புதைத்து வைத்திருந்தவன் அவள் காதலுக்காக பல இரவுகள் தன் கண்ணீர்த் துளிகளில் மூழ்கியவன் எதிர் நோக்கி எதிர் நோக்கி ஏமாற்றங்களை மட்டுமே பரிசாய்ப் பெற்றவன் சற்றே நிலை குலைந்தான். அடுத்த வினாடியே திரும்ப அழைத்தான். வார்த்தைகள் வற்றிப் போயின அவளிடம், அழைப்பை ஏற்க வில்லை.

இருப்பனும் தொடர்ந்து அழைக்கலானான். மூன்றாவது முறை அவன் அழைத்தபோது

'ஐயோ அவனைத் தவிக்க விடுகிறோமே!' என்ற வருத்தத்திலேயே அழைப்பை ஏற்றாள்.

"ஹலோ!"
ஒரே ஹலோவில் உணர்ந்து கொண்டான் எவ்வளவு அழுத்திருப்பாள், துடித்திருப்பாள் என்று.
"வினு ஆர் யூ ஓகே?"
"எஸ் ஐ யம்."
"என்ன கூறினாய் வினு?"

"உங்களை என்னில் பாதியாய் உணர்கிறேன், என் நாட்களை, என் முதுமையை, என் வாழ்க்கையை உங்கள் அன்பில் நிறைக்க விரும்புகிறேன். ஆயுள் முழுதும் உங்கள் விரல்கள் கோர்த்து உங்கள் காதலியாய், மனைவியாய், தோழியாய், குழந்தையாய் இருக்க விரும்புகிறேன்".

அவள் வார்த்தைகளின் உண்மையை அவனால் புரிந்து கொள்ள முடிந்தது. 'எவ்வளவு தவித்திருப்பாள், எவ்வளவு வலித்திருக்கும், எவ்வளவு கண்ணீர் சிந்தியிருப்பாள்?' யோசிக்க யோசிக்கத் தன் விழிகள் கலங்கினான். 'அழுது கொண்டிருப்பாளே! ஆறுதல் கூறுவதற்குக்கூட நான் அருகில் இல்லையே! அவள் கண்ணீர் துடைக்க முடியாமல் என் கரங்கள் பயனற்றுப் போய் விட்டனவே!'
"அகில் ஆர் யூ தேர்?"
"வினு...அழாதே! உன் வலிகளையும், உணர்வுகளையும் என்னால் புரிந்து கொள்ள முடிகிறது."
வார்த்தைகள் தொலைத்துத் தடுமாறினான். 'இதே அவஸ்தையைத் தானே 547 நாட்களாக நான் அனுபவித்துக் கொண்டிருக்கிறேன். உண்மையாக சொல்கிறாயா?' எனக் கேட்டு அவள் மனதைப் புண்படுத்த விருப்பமில்லை அவனுக்கு. அப்பொழுது மட்டுமல்ல, எப்பொழுதுமே, தன் வார்த்தைகளால் அவள் காயம் பட்டு விடக் கூடாதென மிகக் கவனமாக இருப்பான்.
"ஐ லவ் யூ டூ வினு அண்ட் ஐ வில் ஆல்வேஸ்" என்றான்.
"உங்களுக்காகக் காத்திருக்கிறேன்" என்று அழைப்பைத் துண்டித்தாள்.

'ஒன்றரை வருடங்களாக ஒரு ஒரு வினாடியும் ஏங்கி ஏங்கி எதிர்பார்த்துக் காத்திருந்தது இந்த ஒரு நொடிக்காகத் தானே! அருகாமை உணர்த்தாத

அன்பு இந்தத் தொலைவும், பிரிவும், நாட்களும் அவளுக்கு உணர்த்தி விட்டனவே!

உங்களுக்காகக் காத்திருக்கிறேன் என்றாளே! கடைசி வார்த்தைகளில் அடங்கியிருந்தனவே அவளின் என் மீதான ஒட்டு மொத்த நேசமும். இன்னும் ஆறு மாதங்கள் இங்கு கழித்தாக வேண்டுமே! எப்பொழுது இந்தியா செல்வது? எப்பொழுது என்னவளைச் சந்திப்பது? எப்பொழுது அவளைத் தன் தோளில் சாய்த்து, விரல்கள் பற்றி, 'நீ எப்பொழுதும் அழவே கூடாது, உனக்காக, உன்னோடு என்றும் நான் இருக்கிறேன் என்று ஆறுதல் கூறுவது?'

வாழ்க்கையில் தன் மிக மோசமான கனடா முடிவை எண்ணி முதல் முறையாக வருந்தினான். இன்னும் ஆறு மாதங்கள், நூற்று எண்பது நாட்கள், 15552000 வினாடிகள். ஒவ்வொரு வினாடியும் ஒரு யுகமாய் நகர ஆரம்பித்தது. இந்தக் கணக்கிற்கொன்றும் குறைச்சல் இல்லை. ஆனால் எடுத்த முடிவின் விளைவாகத்தானே இத்தனை கஷ்டங்களும் என்று நொந்து கொண்டான். 'என்ன கண்மணி வேலை நேரத்தில் முழுமையாக என்னை ஆக்கிரமித்துக் கொண்டு விட்டாயே! என் அணுக்கள் முழுதும் உன் அன்பை நிறைத்து விட்டாயே! இதை எண்ணி ஆனந்தம் கொள்வதா? இந்தியாவில் உள்ள உன்னைக் காண இன்னும் ஆறு மாதங்கள் ஆகுமே! எதனால்? டேய் அகிலா அடி முட்டாளே! எல்லாம் உன் மோசமான முடிவினால் தானே! நீ கனடா வரவில்லையென்று யார் அழுதார்கள்? உன்னால் கனடா கவர்ன்மெண்ட்டுக்கு ஒரு லாபமும் இல்லை. என்னமோ நீ தான் இந்த நாட்டையே தாங்கிப் பிடிப்பவன் போல அலட்டிக் கொண்டு வந்தாய்… இப்பொழுது பார்….செய்த தவறை நினைத்து நினைத்து வருந்தும்படியாயிற்று' எனத் தன் மனசாட்சியுடன் தகராறு செய்தவனாய் வேலையில் ஈடுபட மறுத்துத் தன் தங்குமிடம் வந்து சேர்ந்தான். ஒவ்வொரு நாளும் நிமிடங்களை எண்ண ஆரம்பித்தான். இன்னும் 259200 நிமிடங்கள், 259199, 259198, 259197.

அன்றிலிருந்து தினமும் அலுவலகம் செல்லும் முன் ஐந்து நிமிடங்கள் அவள் குரலைக் கேட்டு விட்டுத் தான் செல்வான். ஒரு நாளும் அழைக்கத் தவறியதில்லை. அவனுடைய அழைப்பிற்காகக் காத்திருக்காமல் அவளது ஒரு நாளேனும் நகர்ந்ததில்லை. அலைபேசியைக் கையிலேயே வைத்துக் கொண்டு காத்திருப்பதிலும் ஒரு இன்பம் தான் என அவ்வப்போது எண்ணிக் கொள்வாள். என்ன வேலையில் ஈடுபட்டு இருந்தாலும் மாலை ஏழு மணிக்கு அவளை அழைத்துப் பேச மறந்ததில்லை.

கண்ணாடி காலங்கள்

அன்றாடம் கல்லூரியில், விடுதியில் காலை எழுந்தது முதல், இரவு நடந்தது வரை அனைத்தையும் இருமல் முதல் விக்கல் வரை ஒப்பித்து விடுவாள். அவனும் அனைத்தையும் ரசித்தபடி கேட்டுக் கொள்வான். மனதுக்கு நெருக்கமானவர்களிடம் பகிர்ந்து கொள்ளும் ஒவ்வொரு சிறிய விஷயமும் அவர்களின் மீதான பிரியத்தின் அளவைப் பிரதிபலிப்பதே என்று உணர்ந்தாள். அனைத்து அழைப்புகளிலும் ஒன்றை மறக்காமல் கேட்பாள். இதை விடுத்து அவர்களின் எந்த அழைப்பும் நிறைவுற்றதில்லை.

"எப்போ இந்தியா வருவீங்க அகில்?"
அவனும் சலிக்காமல் ஒரு ஒரு முறையும் அதே காதலுடன் பதில் கூறுவான்.

"இன்னும் ஐந்து மாதங்கள் காத்திரு, என் தேவதையைப் பார்க்க, பார்த்துக் கொள்ள வந்து விடுகிறேன்."
அவனும் உணராமல் இருந்ததில்லை, எவ்வளவு நேசிக்கிறாளென்றால் இத்தனை ஆழமாக இதே கேள்வியை தினந்தோறும் கேட்டு ஏங்குகிறாள் என்று. இதற்காக ஒரு நாளும் அவளை சமாதானப் படுத்தாமல் இருந்ததில்லை. அவன் காதலைக் கூறிய போது குழந்தையைப் போல் பார்த்துக் கொள்வேன் என வார்த்தையாய்க் கூறவில்லை என்பதைப் பேசும் பொழுது அவனது ஒவ்வொரு வார்த்தையிலும் எப்பொழுதும் உணர்ந்திருந்தாள். தன் ஒவ்வொரு செயலிலும், முடிவிலும் அவனை நிறைக்க விரும்பினாள். என்ன குழப்பமானாலும் அவன் தான் தீர்வு, அவனிடம் தான் தீர்வு. தன்னவனிடம் குழந்தையாகவே மாறிப் போனாள்.

நாட்கள் நகர்ந்து கொண்டிருப்பினும் கடிகாரம் செயலிழந்ததைப் போலவே இருவரும் உணர்ந்தனர். அன்றிரவு வழக்கம் போல் அழைத்துப் பேசிக் கொண்டிருக்கையில், அவள் கல்லூரி நிகழ்வுகளைப் பற்றிக் கூறி தன் ப்ளேஸ்மெண்ட் கிளாசஸ் பற்றி கூறினாள். சற்றே அதிர்ந்தவன் "அதெல்லாம் வேண்டாம் விநு, இந்த வருடம் முடிந்த உடன் எம்.பி.ஏ. இல்லனா எம்.ஈ. சேந்துக்கோ" என்றான்.
அவளோ சிறிது ஏமாற்றத்துடன் ஏன் எனக் கேட்க அதன் கஷ்டங்களைக் கூற ஆரம்பித்தான்.

"சில சமயங்களில் இரவு கண்.விழிக்க நேரிடும், தூக்கம் கெடும், அலைச்சல், மெண்டல் ப்ரஷர், உனக்காகத் தான் புரிந்து கொள்" என்றான்.

அவளுக்கோ ரொம்பவும் ஆசை இந்த வேலையில். அதற்காக ஒரு வருடம் ப்ளேஸ்மெண்டுக்கு மெனக் கெடவும் தயாராய் இருந்தாள். அவனிடம் எடுத்துக் கூறியும் அவன் 'உனக்காகத் தான்' இல் இருந்து மாற

வில்லை. பெரும் போராட்டத்திற்குப் பின் அரை மனதாய் ஒத்துக்கொண்டு அதற்காக உதவவும் செய்தான். சில நாட்களுக்குப் பிறகு யார் இன்டெர்வியூவிற்குத் தயார் ஆகிறார்கள் என்று இருவருக்குமே குழப்பமாகிப் போனது. அந்த அளவிற்கு அவன் வினுவிற்குத் தேவையான அனைத்துத் தகவல்களையும் திரட்டிக் கொடுத்தான். இதற்கிடையில் மூன்று மாதங்கள் நகர்ந்திருந்தன.

ஒரு நாள் எப்போதும் போல் பேசிக் கொண்டிருக்கையில் அதே சுப்ரபாதம், அதே கேள்வி, கொஞ்சம் மாறுதலான வார்த்தைகளில். அவ்வளவு தான் வித்தியாசம்.
"இன்னும் எத்தனை நாட்கள் அங்கிருக்க வேண்டும்?"
கொஞ்சமும் சலிக்காமல்
"இன்னும் அறுபதே நாட்கள் வினு, 1440 மணித் துளிகள்"
என்று அவளைத் தேற்றினான்.

ஒரு சிறு ஹலோவிலேயே கண்டு கொண்டாள் வழக்கத்திற்கு சற்று கூடுதல் சந்தோஷத்துடன் இருக்கிறானென்று. "எனிதிங் ஸ்பெஷல்" என்று கேட்டாள். 'ஆமாம்' என்று சொல்ல மனமில்லாதவனாய் "இல்லை வினு, உன்னிடம் பேசுவதே காரணம்" என்று முடித்தான். இருவரும் குட்நைட் சொல்லி விட்டு அவள் தூங்கச் சென்றாள். அவன் வேலையை கவனிக்க ஆரம்பித்தான். உறக்கம் வரத் தடுமாறியவளாய் அவன் குரலின் உற்சாகத்திற்கான காரணத்தை ஆராய ஆரம்பித்து நடுநிசியில் தூங்கிப் போனாள்.

ஒரு நாள் தவறுதலாய் கைப்பேசியை மறந்து அலுவலகம் சென்றவன் தான். அவளை அழைக்க எத்தனிக்கும் போது தான் உணர்ந்தான் அவசரத்தில் கைப்பேசியை வீட்டில் விட்டு விட்டு வந்ததை. வழக்கத்தை விட வேலைகளை சீக்கிரம் முடித்து விட்டு வந்து கைப்பேசியை எடுக்கையில் திடுக்கிட்டான். 25 மிஸ்டு கால்கள். 40 குறுஞ்செய்திகள் தன் அன்புக் காதலியிடமிருந்து. உடனே அழைத்தான்.

எதிர் முனையில் அழுகை மாத்திரமே கேட்டது. புரிந்து கொண்ட அவன் தன் தவறை உணர்ந்து சமாதானப் படுத்த ஆரம்பித்தான்.
"எதுவும் பேச வேண்டாம், காலையில் இருந்து எவ்வளவு பதறிப் போய் விட்டேன். ஒரு கால் கூட இல்லையே! பதில் சொல்லுங்கள். ஏதும் பேச வேண்டாம்."
எதிர் முனையில் சற்று குழம்பித் தான் போனான் 'பதில் கூற வேண்டுமா? இல்லை மௌனமாக இருக்க வேண்டுமா?' என்று. பிறகு சில நொடி அமைதிக்குப் பின் அவனே பேசினான்.

கண்ணாடி காலங்கள்

"சாரி வினு என் தவறு. என்னுடைய மொபைலை வீட்டிலேயே மறந்து வைத்து விட்டேனென்று" கூறினான்.

"உடனே ஒரு கால் பண்ணி சொல்லி இருக்கலாம்ல" என்றாள். நிலைமையை சமாளிப்பதா? சிரிப்பதா? என எண்ணிக் கொண்டு

'இனி இப்படி நடக்காது' எனக் கூறி விட்டு வழக்கம் போல் பேச ஆரம்பித்தார்கள். அன்று அவனது அழைப்பை சற்று கூடுதலாகவே எதிர் பார்த்திருந்தாள் அன்று நடந்தவற்றை ஒப்புவிக்க அன்று வாங்கிய புது சல்வார் கமீஸ், புத்தகம் என அனைத்தையும் கூற. கூடவே அதை உடுத்தி புகைப்படத்தையும் அவனுக்கு அனுப்பியிருந்ததை நினைவு படுத்தினாள்.

பேசி முடித்ததும் அந்தப் புகைப் படங்களைப் பார்த்து…. பார்த்தவன் பிரமித்து நின்றான். ஆர்க்கிட் வயலட் புது சல்வார் கமீஸில் நான்கு புகைப் படங்கள். குறைந்தது நூறு தடவை பார்த்திருப்பான். ஒவ்வொரு முறையும் புதிதாகவும் இன்னும் அழகாகவும் தன் தேவதை தெரிவதை அன்றிரவு முழுவதும் ரசித்திருப்பான். அப்சரஸ்களும் தோற்று தான் விடுவார்கள் தன் ரதியின் முன்னால் என்றெண்ணியவனாய் மறுபடியும் மறுபடியும் அந்தப் புகைப்படங்களைப் பார்வையிடலானான். எத்தனை முறை பார்த்தால் தான் என்ன சலிக்கக் கூடிய முகமா என்று தனக்குத் தானே பேசிக் கொண்டு அதில் மிக அழகாய் இருந்த புகைப்படத்தைத் தன் மொபைல் வால்பேப்பர் ஆக வைக்கப்போகும் போது நேர்ந்த குழப்பம்.

ஒன்றை விட ஒன்று பேரழகாக. கிட்டத்தட்ட அரைமணி நேரப் போராட்டத்திற்குப் பின் எந்தப் புகைப்படத்தை வைப்பதென ஒரு வழியாக தெரிவு செய்து வைத்தான். அன்றிரவு முழுதும் அந்தப் புகைப்படங்களின் நினைவலைகள் தன்னை ஆக்கிரமிக்க சிறிது மனம் கலங்கத்தான் செய்தான் எப்பொழுது அவளை நேரில் சந்திக்கப் போகிறோமென. கண்ணீர்த் துளிகள் தலையணையை நனைக்க உறங்கப் போனான்.

ஒரு வழியாக இருவரும் நாட்களை நகர்த்தி எண்ணிக் கொண்டிருந்த போது தான் ஒரு நாள் **அகிலன்** உணர்ந்தான் இன்னும் ஏழு நாட்கள் தான் இருக்கின்றன இந்த நாட்டை விட்டுச் செல்ல என்று. ஆர்வம் தாங்க முடியாதவனாய் உடன் ஒரு குறுஞ்செய்தி அனுப்பினான்.

கல்லூரி முடிந்ததும் விடுதிக்கு வந்து அதைப் பார்த்து விட்டு உடனே அவனை அழைத்தாள். கைப்பேசியை எடுத்த உடன் முதல் வார்த்தை "வினு இன்னும் ஒரு வாரம் என் கண்மணியைப் பார்க்க" என்று ஆரம்பித்து ஃப்ளைட் புக் செய்தது வரை கூறி முடித்தான். அவளுக்கோ ஆறு மாதங்கள் தான். இவனுக்கோ ஒன்றரை வருடங்கள். அதை ஒப்பிடும் போது இந்த ஏழு நாட்கள் பல யுகங்களாய்த் தான் நகர்ந்தன. அன்றிலிருந்து இருவருக்கும் நாட்காட்டியில் நாட்கள் நகர மறுத்தன.

ஆறாவது நாள் அகிலன் தன் அலுவலகத்தில் அனைத்து வேலைகளையும் முடித்துக் கொடுத்து விட்டுத் தன் அலுவலக நண்பர்களிடம் விடை பெற்றுக் கொண்டு வீட்டிற்கு வந்தான். மகிழ்ச்சியும் கண்ணீரும் ஒரு சேர சங்கமிப்பதை உணர்ந்து கொண்டான். வினுவைப் பார்க்கப் போகும் ஆனந்தம் சரி வருத்தம் எதற்கு? என்ன இருந்தாலும் ஒரு வருட அலுவலக நட்பாயிற்றே! அது சரி நட்பிற்கேது நாள் கணக்கு? நம்ம ஹீரோவின் வசீகர இதயம் தான் அனைவரையும் அவன் பக்கம் இழுத்து விடுமே! அனைவரும் மேலும் இன்னோர் வருடம் அவனைத் தங்களுடனேயே இருக்கக் கேட்டனர். நட்பின் வேண்டுகோளை மறுப்பது சற்று கடினம் தான். ஆனால் அதைவிட முக்கியம் தன் வாழ்க்கை இந்தியாவில் வினுவிடம் ஒப்படைக்கப்பட்டு விட்டதே! ஏற்கனவே இவ்வளவு நாட்கள் இருவரும் பிரிந்திருந்து கஷ்டப்பட்டோமே என்பதை நினைக்கையில் நெஞ்சம் பதைத்து இனிமேலும் பிரிவை ஏற்க மனமின்றி அதே சமயம் நண்பர்களின் மனமும் புண்படாமல் விடைபெற்று வீட்டிற்கு வந்தான்.

இதே பரிதவிப்பும் பரவசமும் அவளிடமும் இருக்கும் என்பதையும் அவன் உணர மறுக்கவில்லை. அங்கிருந்து கிளம்பும் முதல் நாள் இரவு அனைத்துப் பொருட்களையும் எடுத்துக் கொண்டு மறக்காமல் அவளுக்காகத் தேடித் தேடிச் சேர்த்த லைம் கிரீன் நிற புடவையையும், அவள் ஒரு முறை உரையாடலில் தான் பல முறை வாங்க முயன்றும் முடியாமல் போன அனுராதா ரமணனின் 'நனைந்த இரவுகள்' புத்தகத்தையும் அவளுக்கு மிகவும் பிடித்த லாரா செக்கார்ட் சாக்கலட்ஸும் எடுத்து வைத்துக் கொண்டான்.

இரண்டு மாதங்கள் முன்பு இந்தப் புத்தகத்தையும், புடவையையும் பற்றி கூற வந்து தான் ஃபோனில் கூறுவதை விட நேரில் இதைக் கொடுத்து அவளின் ஆச்சர்யத்தைப் பார்க்க விரும்பியவனாய் அவள் 'எனிதிங் ஸ்பெஷல்' என்று கேட்டும் கூற மறுத்து விட்டான். கனடாவில் கழிக்கப் போகும் கடைசி இரவை எண்ணிக் கொண்டிருக்கையில் வந்த 364 நாட்களின் நினைவுகள் வார்த்தைகளுக்கு அப்பாற்பட்டவை. எத்தனை

தூங்காத இரவுகள், எத்தனை இதயம் கனத்த நினைவுகள், எத்தனை தவற விட்ட மகிழ்ச்சியான தருணங்கள். அனைத்திற்கும் ஆறுதலாய் அவள் கிடைத்து விட்டாளே! இத்தனை சிந்தனைகளுக்கு நடுவில் மகிழ்ச்சியில் உறங்க மறந்து கடிகாரம் பார்க்கும் போது நள்ளிரவு மணி இரண்டு. காலை ஏழு மணிக்கு ஏர்ப்போர்ட்டில் இருக்க வேண்டும். மூன்று மணி நேரமாவது தூங்க நினைத்து உறங்கச் சென்றான். மறக்காமல் 'குட்நைட், மீட் யூ டுமாரோ' சொல்லிக் கிளம்பும் நேரத்தையும் இந்தியா வந்தடையையும் நேரத்தையும் குறிப்பிட்டான்.

காலை விமான நிலையத்தை அடைந்து அனைத்து ஃபார்மாலிட்டீஸையும் முடித்து விட்டுக் காத்திருந்தான். ஒன்பது மணிக்கான விமானம் சற்றே தாமதமாகி மதியம் பண்ணிரெண்டு மணிக்கு வரும் என்ற அறிவிப்பைக் கேட்ட உடன் அறிவிப்பாளர் மீது பொறுக்க முடியாத கோபம் கொண்டவனாய் வேறு வழியின்றி மூன்று மணி நேரத்தையும் கழித்தான்.

பிறவு ஒருவழியாக விமானத்தில் ஏறித் தன் இருக்கை தேடி அமர்ந்தது முதல் அகிலனின் எண்ண ஓட்டங்கள் அவனை ஆக்கிரமிக்கத் தொடங்கின. ஒரு வருடம் முன் எவ்வளவு கனத்த இதயத்துடன் இந்தியாவை விட்டு வந்தானோ, அதே இந்தியாவை நோக்கி சிறகடிக்கும் மனதுடன். அன்று கசந்த பாதையும் பயணமும் இன்று எவ்வளவு இனிமையாய் மாறித்தான் போனது! விமானம் சற்று மெதுவாகப் பறப்பதாகவே தோன்றியது. விமானியிடம் கொஞ்சம் வேகத்தைக் கூட்டச் சொல்லலாம் என்னும் அளவிற்குப் பொறுமை இழந்தான். இந்தக் காதல் தான் மனிதர்களை எவ்வளவு விசித்திரமானவர்களாக மாற்றி விடுகிறது. பயணம் செய்த பதினான்கு மணி நேரமும் எண்ணூற்று நாற்பது மணித் துளிகளும் தன்னவளின் முகமும், காதலும் தோன்றித் தோன்றி மறைந்தன.

அதற்குள் எத்தனை முறை தான் படித்திருப்பான் அவளுடனான உரையாடல்களை! எத்தனை முறை படித்தால் தான் என்ன? எத்தனை முறை பார்த்தால் தான் என்ன? சலித்து விடுமா? மனதிற்கு மிகவும் நெருக்கமான உரையாடல்கள் தன் இதயத்திலும், மூளையிலும் பாதி இடத்தை எடுத்துக் கொண்ட உரையாடல்கள் நூறு முறை படித்தாலும் முதல் முறை படித்த உற்சாகமும், முகத்தில் மலர்ந்த புன்னகையும் குறைய வில்லை.
ஒரு வழியாக அடுத்த நாள் மதியம் இரண்டு மணிக்கு இந்தியா வந்தடைந்தான்.

என்ன தான் வேலைக்காகவும், படிப்பிற்காகவும் வெளிநாடுகளில் இருப்பினும் கோடி ரூபாய் கொட்டிக் கொடுப்பினும் தாய் மண்ணின் வாசமும், தென்றலின் இனிமையும் தரும் சுகத்திற்கு ஈடாகுமா? முதல் வேலை அவளை அழைத்துப் பேசிப் பார்க்க வேண்டும் என்று நினைத்தவனுக்கு கெம்ப கௌடா விமான நிலையத்தில் ஒரு பேரதிர்ச்சி காத்திருந்தது. அதிலிருந்து அவன் மீண்டு வருவதற்கே சில நிமிடங்கள் ஆகின.

அங்கு யாரையும் தெரியாமல் அவனுக்காகக் காத்திருந்த வினுவைக் கண்டவுடன் கலங்கித்தான் போய் விட்டான். தன் கண்களை நம்ப மறுத்தவனாய் நிலை குலைந்தான். அவனைக் கண்டவுடன் தாயைக் கண்ட சேய் போல அவனிடம் ஓடி வந்து வார்த்தைகள் தொலைத்தவளாய் அவனைக் கட்டியணைத்துக் கதறி அழுதாள். அவளைத் தேற்ற முயன்று தோற்றுத்தான் விட்டான் அவளின் காதலிடமும் கண்ணீரிடமும். உண்மையாகச் சொல்ல வேண்டுமென்றால் வினு இவ்வளவு பிரியத்துடன் இருப்பாளென அவன் எதிர் பார்க்கவில்லை தான். ஒருவாறு அவளைத் தேற்றி அவள் முகம் பார்த்து நெற்றியில் முத்தமிட்டான். அவள் சிவந்த கண்கள் நோக்கி, சிவந்த முகம் நோக்கி, "ஐ யம் ஆல்வேஸ் வித் யூ வினு" என்றான். சமாதானம் அடைந்தவளாய் அவனை இந்தியா வரவேற்பதற்காகத் தான் கல்லூரிக்குப் போகாமல் விடுப்பு எடுத்ததையும் மாலைக்குள் கல்லூரி விடுதிக்குச் சென்றாக வேண்டுமென்றும் தெரிவித்து விட்டு விரைந்தாள்.

நம்மவன் அதிர்ச்சியிலிருந்து இன்னும் வெளிவரவில்லை தான். பதற்றத்தில் தான் அவளுக்காக வாங்கியிருந்த பரிசுகளைக் கொடுக்க மறந்ததால் குறுஞ்செய்தி மட்டும் விடுத்திருந்தான் மாலை சந்திக்க வேண்டுமென்று. விடுதியை அடைந்ததும் அதைப் பார்த்து விட்டு அவனை அழைத்தாள். அவன் விபரம் ஏதும் சொல்லாமல் அந்தப் பரிசுகளைப் பார்த்த உடன் அவளின் அளவில்லா மகிழ்ச்சியையும், ஆச்சர்யத்தையும் அவளின் கண்களில் காண விரும்பியவனாய் 'பார்க்க வேண்டும்' என்ற அளவில் மட்டும் கூறி அழைப்பைத் துண்டித்தான்.

மாலை ஐந்து மணிக்கு இருவரும் கல்லூரியின் விடுதிக்கு வெளியில் சந்தித்தபோது அவன் புத்தகம், புடவை என அனைத்தையும் அவளுக்குக் கொடுத்தான். அவளோ சற்றும் இதை எதிர்பாராதவளாய் திகைத்து நின்றாள். சந்தோஷத்தில் விழிகள் நனைந்திட "தேங்க் யூ அகில்" என்றாள். அவளின் கண்ணீர்த் துளிகளைத் துடைத்து விட்டு "தேவதைகள் என்றும் அழக் கூடாது, ஐ லவ் யூ வினு" என்றான்.

கண்ணாடி காலங்கள்

"வினு இன்னுமொரு முக்கியமான செய்தி".

"என்ன அகில்? இதையெல்லாம் கொடுத்து விட்டு மறுபடியும் கனடா செல்ல ஏதும் திட்டமா?"

சற்று புன்னகையுடன்

"இல்லை இல்லை. நாளை ஞாயிற்றுக் கிழமை தானே? உனக்கு நேரம் கிடைக்கும் போது சொல். உன்னை ஒரு முக்கியமான, அழகான இடத்திற்கு அழைத்துச் செல்ல வேண்டும்".

"ஒகே அகில்" என்று விட்டு விடுதிக்குத் திரும்பினாள்.

வழக்கம் போல் அன்றிரவு அவன் சொன்ன மிக முக்கியமான இடத்தின் சிந்தனைகளில் மூழ்கியும் மிதந்தும் கரைந்தது. அவனுக்கும் அன்றிரவு அப்படியே கழிந்தது. ஆனால் ஒரு சிறு வித்தியாசம். இந்தியா வந்து வினுவைப் பார்த்து விட்டுத் தன் இல்லத்திற்குச் சென்று தன் அம்மா, அப்பா, தங்கை அனைவரையும் பார்த்து விட்டு இரவு உணவு முடிந்த பின் குடும்பத்தில் அனைவரையும் உட்கார வைத்து விட்டு ஒன்றரை வருடங்கள் முன் தன் வாழ்வில் நடந்தது முதல் இன்று மாலை நடந்தது வரை அனைத்தையும் கூறி முடித்தான். அவன் பெற்றோருக்கு சிறிதும் குழப்பமோ, பயமோ இல்லை. காரணம் அவர்கள் அகிலனின் மேல் கொண்டிருந்த தீர்க்கமான நம்பிக்கை. இருவரும் அவன் பேசி முடிக்கும் வரையில் கேட்டுக் கொண்டிருந்துவிட்டு அடுத்த நாள் வினுவைத் தங்கள் இல்லத்திற்கு அழைத்து வரக் கூறினர். அன்றிரவு அவளுக்கு மறுபடியும் ஞாபகப் படுத்தி காலை பத்து மணிக்குத் தயாராக இருக்கக் கூறிவிட்டு உறங்கச் சென்றான்.

அடுத்த நாள் அவளோ காலை சீக்கிரம் எழுந்து ரெடி ஆகி வழக்கமான குட் மார்னிங் அனுப்பினாள். இங்கு சீக்கிரம் என்பது காலை எட்டு மணியைக் குறிக்கும். அவனோ முதல் நாள் பயணக் களைப்பினால் கொஞ்சம் கூடுதலாகவே ஓய்வெடுத்து விட்டான். அவளின் குறுஞ்செய்தியைப் பார்த்துக் கண் விழித்தவன் பூமி தன்னை மட்டும் விட்டுவிட்டு சுற்றுகிறது அதைப் பிடிக்க வேண்டும் என்கிற கணக்காக விரைவாக எழுந்து ரெடி ஆகித் தன் பெற்றோரிடம் கூறி விட்டு அவளை அழைத்து வரச் சென்றான். அவன் வருகையை எதிர் நோக்கிக் கல்லூரி விடுதி மரத்தடியில் அமர்ந்திருந்தாள்.

அகிலன் கல்லூரியை அடைந்ததும் அலைபேசியில் அவளை அழைத்து வெளியில் வரக் கூறி ஃபோனை வைத்து விட்டு சிறிது நேரம் வெளியில் காத்திருந்தான். அவள் வருவதைக் கண்டதும் விவரிக்க இயலாத இன்பம் கொண்டான். காரணம் தான் அவளுக்காக கனடாவில் ஆறு இடங்களில் இதுவா? இதுவா? என அவளை நினைத்து நினைத்துத் தேடித் தேடி

வாங்கிய அந்த லைம் கிரீன் புடவையைக் கட்டிக் கொண்டு உலகின் அனைத்து அழகையும் தன் பக்கம் வைத்திருப்பவளாய் அவனை நோக்கி வந்தாள்.

ஒரு கணம் உறைந்து தான் போனான் அகிலன். அருகில் வந்ததும் ஆர்வம் தாங்க முடியாமல்
"அகில் எங்கே செல்லப் போகிறோம்?" என்றாள்.
நம்மவன் ஃப்ரீஸ் மோட்-இல் இருந்து இன்னும் வெளி வரவில்லை. அவனைக் கவனித்து விட்டு மறுபடியும் வினு கேட்ட போது தான் அவள் தன் அருகில் வந்து நின்று கொண்டிருப்பதை உணர்ந்தான். ஒரு நீண்ட நெடிய மௌனத்திற்குப் பிறகு இந்த சந்திப்பிற்கான காரணத்தையும் அவசியத்தையும் அவளுக்குப் புரிய வைக்கும் முயற்சியில் ஈடுபட்டான். இருவரும் நடந்து செல்வதென்று தீர்மானித்தனர்.

"வினு உனக்குப் பிடித்த இடம் ஒன்றிற்கு அழைத்துப் போகவே இன்று உன்னைச் சந்திக்க வேண்டுமென்றேன்".
"எங்கே அகில்?" ஒரு சிறு குறிப்பும் விளங்காதவளாய் பூகிக்கும் அளவிற்குப் பொறுமையின்றி அவன் முகத்தையே பார்த்துக் கொண்டிருந்தாள்.
"வினு பதற்றப் படாதே! நேற்றிரவு அம்மா, அப்பாகிட்ட நம்மளப் பத்தியும் நம் காதல், எதிர் காலம் பற்றியும் கூறினேன். அவர்கள் உன்னைப் பார்க்க வேண்டுமென்று கூறினார்கள். அதான் இப்பொழுது உன்னை என் வீட்டிற்கு வழி நடத்திக் கொண்டிருக்கிறேன்".

சற்றும் சலனமற்றவளாய்
"ஓகே அகில், ரொம்ப சந்தோஷம். ஆனால் இதை நேற்றிரவே கூறியிருந்தால் வீணாக ஓரிரவு உறக்கமற்று தவித்திருக்க மாட்டேன்".
"என்ன வினு தூங்கலையா? ஐ யம் சாரி வினு. நான் சற்றும் அதை யோசிக்கவோ எதிர் பார்க்கவோ இல்லை".

தான் தூக்கம் தொலைத்த 365 இரவுகளை விடத் தன் அன்புக்குரியவளின் நித்திரையிழந்த ஓர் இரவு தான் அவனை ஏதோ செய்தது. இருவரும் பேசிக் கொண்டே அவன் இல்லத்தை அடைந்த போது அவன் தங்கை அனு அவர்களை விட ஆவலோடு வீட்டு வாசலில் காத்துக் கொண்டிருந்தாள். தன் அண்ணன் தன்னை வீட்டிற்குள் அழைத்தது கூடத் தெரியாமல் வினுவின் தேஜஸில் பிரமித்து நின்றாள். இருவரையும் வீட்டிற்குள் அழைத்துச் சென்று அனைவரையும் வினுவிற்கு அறிமுகப் படுத்தினான்.

"வினு, அம்மா மலர்ச் செல்வி. ஒரு தனியார் கல்லூரியில் பேராசிரியராக இருக்கிறார். அப்பா ராஜ சேகர். வங்கியில் கிளை மேலாளராக பணி புரிந்து கொண்டிருக்கிறார்".

"ஹாய் ஆன்ட்டி! ஹலோ அங்கிள்!

"எங்கள் வீட்டின் குட்டி ராட்சசி அனு. அம்மா பணி புரியும் கல்லூரியிலேயே முதலாமாண்டு உளவியல் படித்துக் கொண்டிருக்கிறாள்".

"ஹாய் அனு! எப்படி இருக்க?

"நல்லா இருக்கேன். நீங்க?"

"ஐ யம் குட் அண்ட் ஹேப்பி ரைட் நெளவ் அனு".

ஒரு நொடியும் தன் காதலியின் சிறு முக மாற்றத்தையும் கவனிக்கத் தவறாதவனாய் இருந்து விட்டுப் பிறகு அனைவரிடமும்

"இது வினு, பிருந்தாவன் கல்லூரியில் கடைசி வருடம் படித்துக் கொண்டிருக்கிறாள்" என்று அவளை அறிமுகப் படுத்தினான்.

ஒரு சிறு அமைதிக்குப் பின் ராஜ சேகர்

"உங்கள் குடும்பம் பற்றிக் கொஞ்சம் சொல்லும்மா" என்று கேட்டு அங்கு குடி கொண்டிருந்த நிசப்தம் உடைத்தார். அதற்குள் அகிலனுக்கு அலுவலகத்திலிருந்து அழைப்பு வந்ததால் பேசுவதற்கு வெளியே சென்று விட்டான். இதற்கிடையில் அவளும் தன் குடும்பத்தைப் பற்றிக் கூறி முடித்தாள். பிறகு அவனும் வந்து அவர்களுடன் சேர்ந்து கொண்டான். அடுத்துத் தன் பெற்றோருக்கும் அவளுக்குமான உரையாடலிலும் அவர்களின் கேள்விகளுக்கு அவள் அளித்த பதில்களிலும் தன் குழந்தைத் தனமான வினு எவ்வளவு 'மெச்சூர்ட் கேர்ள்' என்பதை முதன் முறையாக உணர்ந்து கொண்டான். தனக்கே தெரியாத அவளின் மனப் பக்குவத்தை எண்ணி ஆச்சர்யக் கடலில் மூழ்கினான். அனைத்து விபரங்களையும் தெரிந்து கொண்ட பின்னர் தன் பேராசிரியர் அம்மா தன்னவளிடமும் டீச்சராக மாறியது கண்டு உள்ளூர நகைத்தான்.

"அப்புறம் வினு.... உன் காலேஜ் எப்படிப் போகுது? வாட் அபௌட் தி கேம்பஸ் ப்ளேஸ்மெண்ட்ஸ்? வாட்ஸ் யுவர் பெர்ஸன்டேஜ்?" என்று கேள்விப் பட்டியலை நீட்டிக் கொண்டே போனார் மலர்ச் செல்வி. அனைத்திற்கும் பதில் கூறி முடித்து விட்டு சிறிது நேரம் அனுவிடம் உரையாடிக் கொண்டிருந்தாள்.

"காலேஜ் பிடிச்சுருக்கா அனு?"
"ஹ்ம்ம், அதை விட கோர்ஸ்"

"யெஸ் அனு. சச் ஏன் இன்டெரெஸ்ட்டிங் கோர்ஸ். எனக்கும் படிக்க வேண்டுமென்ற ஆசை இருந்தது".

"பிறகு ஏன் இன்ஜினியரிங் சேர்ந்தீர்கள்?"

"இல்லையெனில் உங்கள் அண்ணனை என் வாழ்நாளில் சந்தித்திருக்க முடியாதே!"

என்று விளையாட்டுத் தனமாகக் கூறி விட்டு

"வேலை கிடைத்ததும் பார்ட் டைமில் சைக்காலேஜிக்கு அப்ளை செய்யலாமென இருக்கிறேன் அனு"

இதற்கிடையில் அனு தன்னை என்ன கூறி அழைப்பதென்று தெரியாமல் விழிப்பதைப் புரிந்து கொண்டு

"நீ என் பெயர் சொல்லியே என்னை அழைக்கலாம்" என்றாள். அவளின் விளையாட்டுத் தனமான பதிகளையும், தன் குடும்பத்தில் எல்லோரிடமும் சகஜமாக அவள் பழகுவதையும் அவளே அறியாதவாறு அவளைக் கவனித்துப் பேரின்பம் கொண்டான். அவள் கிளம்புவதற்கு சற்று நேரம் முன்பாக அவன் பெற்றோர் மறுபடியும் இருவரையும் அழைத்து சிறிது நேரம் பேசினர்.

"வினு உன் படிப்பு முடியட்டும். உங்கள் வீட்டில் உன் பெற்றோரிடம் வந்து பேசுகிறோம். இப்பொழுது படிப்பில் கவனம் செலுத்து".

"ஓகே ஆன்ட்டி".

"அகிலா அந்தப் பெண்ணைக் கல்லூரியில் விட்டு வா".

"சரிங்கப்பா".

எல்லோரிடமும் விடை பெற்றுக் கொண்டு பிரிய மனமின்றி தன் மனதையும், நினைவுகளையும் விட்டு விட்டுத் தன்னை மட்டும் எடுத்துக் கொண்டு அங்கிருந்து கிளம்பினாள்.வரும் வழியெங்கிலும் வசந்த காலத்தின் வாசம் வீச உணர்ந்தாள். இருவரும் மகிழ்ச்சியில் வார்த்தைகள் தொலைத்தனர்.

அது சரி...மௌனத்தை விட சிறந்த உரையாடல் வேறேதும் உள்ளதோ? வார்த்தைகள் உதிர்ந்த நிசப்தத்தைக் காட்டிலும் இனிய ஓசை உள்ளதோ? மௌனம் பேசாத மொழிகளையா வார்த்தைகள் பேசி விடப் போகின்றன? மௌனத்தைத் தாண்டி மனதின் ஆழத்திற்கு வார்த்தைகளால் பிரவேசிக்கத் தான் முடிந்திடுமா?

அவளைக் கல்லூரியில் விட்டு விட்டு அவன் சென்ற பிறகு அன்று முழுவதும் வேறு நினைவுகள் அற்றவளாய் அவன் இல்லத்தில் நடந்தவற்றையே தன் இதய அடுக்குகளில் படிய வைத்துக் கொண்டிருந்தாள். 'அவன் அம்மா தான் எவ்வளவு பிரியமாகப் பேசினார்

முதல் சந்திப்பிலேயே. சச் ஏன் இன்னொசென்ட் ஃப்ரொபெஸர். அகிலனின் அப்பா தான் அளவுக்கு மீறி ஒரு வார்த்தை பேசி விட வில்லையே! அடிப்படையிலேயே அப்பாக்கள் அப்படித் தான், அது வேறு. அவன் தங்கை தான் எவ்வளவு நெருக்கமாகி விட்டாள். எவ்வளவு அழகான குடும்பம்!'

ஒரு சந்திப்பிலேயே அவர்களைப் பற்றியும் அவர்கள் குடும்பத்தைப் பற்றியும் ஓரளவு யூகிக்கவும் புரிந்து கொள்ளவும் முடிந்தது. அன்று முழுவதும் அந்த ஆனந்தத்திலேயே திளைத்திருந்தாள். அப்பொழுது புரிந்து கொண்டாள் இவனது கண்ணியமும், அன்பும், வசீகரமும், நேர்மையும், அறிவும் எங்கிருந்து பெறப்பட்டவையென்று. அதே சமயம் தன் பெற்றோரிடம் எப்படிச் சம்மதம் வாங்கப் போகிறோம் என்ற தவிப்பும் ஒரு சிறு குற்ற உணர்வும் அவளிடம் இருந்ததை மறைப்பதிற்கில்லை.

கல்லூரி கடைசி வருடம் என்பதால் பிறகு சில நாட்களுக்கு இருவரும் சேர்ந்தே இன்டெர்வியூவிற்குத் தயார் செய்யத் தொடங்கினர். அவனுக்கு இதில் விருப்பமில்லையென்ற போதிலும் வினுவின் சந்தோஷத்திற்காக மட்டுமே இதை ஒத்துக் கொண்டு அவளுக்குத் தேவையான அனைத்துத் தகவல்களையும் சேகரித்துக் கொடுத்தான். சில நாட்களில் இன்டெர்வியூவும் வந்துது. அதற்கு முன் சகஜமாய் இருந்தவள் அன்றிரவு கொண்ட பீதிக்கு அளவில்லை. முதல் நாள் இரவு அவளிடமிருந்து அழைப்பு வரும் பொழுதே அகிலன் தெரிந்து கொண்டான்.

"ஹாய் அகில்! என்ன பண்றீங்க?"

"ஹலோ வினு, ஆஃபிஸ்ல இருக்கேன். சாப்ட்யா? முதலில் சாப்பிடு. எதற்குமே பயப்படாத. இது ஒரு சிறு முயற்சி, சிறு ஆரம்பம் தான். இது இல்லையென்றால் வேறு. அவ்வளவு தான். பார்த்துத் கொள்ளலாம். அனால் அதற்குத் தேவை இருக்காது. யூ கேன் மேக் இட் அண்ட் யூ வில்". எதுவும் கூறாமல் இவ்வளவு புரிந்து வைத்திருக்கிறானே! மகிழ்ச்சியில் மனம் நிறைந்தாள். அவனும் என்னவெல்லாமோ செய்து பார்த்தான் அவளது கவனத்தை மாற்ற.

"அப்பா, அம்மாட்ட பேசுனயா வினு?"

"இல்லை, இனிமே தான்".

"ஹ்ம்ம். முதலில் அவர்களிடம் பேசு. நான் வீட்டுக்குப் போயிட்டு கால் பண்றேன்".

"ஒகே அகில், டேக் கேர்".

"டேக் கேர் டூ டியர்.".

அலுவலக வேலையை முடித்து விட்டுத் தன் அம்மாவை அவளிடம் பேச வைத்தான்.

"ஹலோ! அகில் அம்மா பேசறேன் வினு".

"ஹாய் ஆன்ட்டி! எப்படி இருக்கீங்க?"

"நல்லா இருக்கோம்மா. பயப்படாத வினு. ஆல் தி பெஸ்ட் மா".

"தேங்க் யூ ஆன்ட்டி".

முடிந்த வரையில் அவரும் ஆறுதல் படுத்தினார்.

அடுத்த நாள் காலை எழுந்து ரெடி ஆகிவிட்டு முதல் அழைப்பு அகிலனுடையதாக இருக்க வேண்டுமென்று எதிர் பார்த்துக் கொண்டிருந்தாள். அவளின் எதிர்பார்ப்பை ஏமாற்றாமல் அவனுடைய அழைப்பே முதலில் வந்தது. பெண்களின் சிறுசிறு எதிர்பார்ப்புகளும் அவை நிறைவேற்றப்படும்போது வரும் மகிழ்ச்சியும் அவர்களுக்கு விலைமதிப்பற்றவை என்பது வினுவிற்கு மிகப் பொருத்தமானது.

"குட் மார்னிங் வினு. சாப்பிட்டு விட்டுக் கிளம்பு. ஆல் தி பெஸ்ட் மை டியர். டூ வெல்".

"தேங்க்ஸ் அகில்! ஈவினிங் கால் பண்றேன்."

சொன்னது மாத்திரம் தான் 'ஈவினிங் கால் பண்றேன்'. ஆனால் மணிக்கொரு முறை ஃபோன் செய்து அவனுக்கு அப்டேட் செய்து கொண்டிருந்தாள். எவ்வளவு ஆறுதல் மொழிகள், எவ்வளவு நம்பிக்கையான வார்த்தைகள். அவனிடம் பேசுவது அவளுக்கும் ஆறுதலாகத்தான் இருந்தது. அன்றிரவு இன்டெர்வியூ முடிந்து அவனை அழைக்க நினைக்கையில் மணி பதினொன்று. வேலைக் களைப்பில் தூங்கியிருப்பானென மூளை சொல்கிறது. நடந்தவற்றைப் பகிர்ந்தே தீர வேண்டுமென இதயம் சொல்கிறது. மனதிற்கும் அறிவிற்குமிடையில் போர் நடந்து கொண்டிருக்கும் போது அவனே அழைத்தான். வேலை முடிந்து இந்நேரத்திலும் அக்கறையோடு அவன் அழைத்த போது மட்டற்ற மகிழ்ச்சி அடைந்தாள். ஒரு குழந்தையைப் போல் வழக்கமாய் அன்று நடந்தவற்றை ஒப்பிக்க ஆரம்பித்தாள். சிறிதும் சலிக்காமல் அவள் சொல்வதைக் கேட்க ஆயத்தமானான்.

"அகில் இன்னைக்கு என்ன ஆச்சு தெரியுமா?"

"தெரியாதே வினு. என்ன ஆச்சு?"

"நிறைய கேள்வி கேட்டாங்க".

"அதானே இன்டெர்வியூ".

"நானும் எல்லாவற்றிற்கும் பதில் கூறினேன்".

"கேள்வி கேட்டா பதில் சொல்லித் தானே ஆகணும்".

"நடுவுல பேசி என்ன டிஸ்டர்ப் பண்ணாதீங்க. ஆல்மோஸ்ட் பத்து பதினைந்து கேள்விகள் கேட்டாங்க".

"...................................."

"அப்புறம் என் இன்டெர்ன்ஷிப் பத்தி கேட்டாங்க".

"...................................."

"என்ன அகில் எதுவும் சொல்லமாட்டிக்குறீங்க?"

"இப்போ நான் பேசட்டுமா வேணாமா? பேசுனா தொந்தரவு பன்றேன்னு சொல்ற. பேசலனா கவனிக்கலன்னு சொல்ற".

"சரி பேசுங்க".

கோபம் கொண்டது போல் நடித்தாலும் அவளது குழந்தைத் தனத்தை உள்ளூர ரசிக்கவே செய்தான்.

"இன்னும் ரெண்டு வாரத்துல ரிசல்ட் சொல்லிடுவாங்க அகில்".

"டோன்ட் வொரி வினு. நீ செலக்ட் ஆகிருவ".

அந்த இரண்டு வாரங்களும் அவளின் தவிப்பிற்கு அளவில்லை. அதைப் பார்த்து இவன் தவித்ததைச் சொல்லி மாளாது. காரணம் எப்பொழுதும் தைரியமாகவும் பாஸிட்டிவாகவும் இருப்பவள் இதற்கு மட்டும் ஏன் இப்படித் தவிக்கிறாள் என்பது தான். அதற்கான காரணத்தை அவளிடமே கேட்டும் விட்டான்.

"ஏன் வினு எப்பொழுதும் கான்ஃபிடெண்ட்டா இருப்ப. இதுல மட்டும் என்ன ஆச்சு?"

அதற்கு அவளின் பதில் தான் அவனை ஏனோ நெருடச் செய்தது.

"இல்லை அகில், உங்க வீட்ல நம்ம விஷயத்தை ஏத்துக்கிட்டாங்க. யுவர் ஃபேமிலி ஈஸ் ஸ்வீட். மை பேரண்ட்ஸ் ஆர் டூ. எங்க வீட்லயும் ஓகே சொல்லணும்ல. என்னப் படிக்க வச்சு இருக்காங்க. ஆனா இப்போ நான் அவங்கள டிபெண்ட் பண்ணி இருக்கேன். அவங்ககிட்ட நம்ம விஷயத்த எடுத்துக் கூறி சம்மதிக்க வைக்கணும்னா ஐ ஷுட் பீ ஏன் இன்டிபென்டென்ட் கேர்ள். அப்போதான் நான் சொல்றதையும் கொஞ்சம் கன்ஸிடர் பண்ணுவாங்க. என்மேலயும் அவங்களுக்கு நம்பிக்கை அதிகமாகும் நம்ம பொண்ணு எடுத்திருக்க முடிவு சரியாதான் இருக்கும்னு. காலேஜ் படிச்சுட்டு இருக்கும் போது நான் போய் இந்த விஷயத்தைப் பத்தி சொன்னா எல்லாருக்கும் இந்த வயசுல வர்ற மாதிரியான இன்ஃபேக்கூஷூவேஷன் அப்படிங்கற நெனப்புதான் இருக்கும். சோ அப்பா அம்மாகிட்ட நான் இதக் கொண்டு போகும் போது ஐ மஸ்ட் பீ இன்டிபென்டென்ட். அதுக்குத் தான் லாஸ்ட் செமஸ்டர்ல இருந்து இந்த ப்ரிப்பரேஷன் எல்லாம். பெற்றோராகவே இருந்தாலும் சுய மரியாதை முக்கியம் தானே அகில்?"

அவள் பேசப் பேச அவளையே பிரமித்துப் பார்த்துக் கொண்டிருந்தான். 'எப்பொழுதும் சிறு பிள்ளைத் தனமாக பேசுபவள் வாழ்க்கை விஷயத்தில் இவ்வளவு தெளிவாகவும், தீர்க்கமாகவும் இருக்கிறாள், யோசிக்கிறாளென்று'. பிறகு அவனே,

"வினு எங்கள், நம் குடும்பத்தைப் பற்றி தெரிந்து கொண்டாய் அல்லவா? உங்கள் குடும்பத்தைப் பற்றி சொல்லேன்?"

"அப்பா பார்த்திபன், சிவில் இன்ஜினியர். அப்பாவோட சொந்த ஊர் கோயம்புத்தூர். நான் பொறந்து வளர்ந்தது எல்லாமே அங்க தான். அப்புறம் கோயம்புத்தூர்லயே செட்டில் ஆகிட்டோம். அம்மா மாயா, ஹோம் மேக்கர். அம்மாவின் பூர்வீகம் ஹரித்துவார். எம்.பி.ஏ. படித்தவர்". அப்பொழுது தான் புரிந்து கொண்டான் அவளின் ஹிந்தி கலந்த தமிழ் எங்கிருந்து வருகிறது என்று.

"இருவரும் லவ் மேரேஜ். அம்மாவும் ஒர்க் பண்ணிட்டு இருந்தாங்க. நான் பொறந்த அப்புறம் வேலைய விட்டுட்டாங்க. நான் ஒரே பொண்ணு. விளையாட, சண்டை போட, எல்லாமே ஷேர் பண்ண யாருமே இல்லாதத நெனச்சா சம்டைம்ஸ் போர் அடிக்கும். அதான் அனுவைப் பார்த்த உடனே அந்த அட்டாச்மென்ட் நேச்சுரலா வந்துடுச்சு. ஒரே பொண்ணுங்கிறதாலேயே என்ன எங்கேயுமே அனுப்ப மாட்டாங்க. இதுவே படிப்பு விஷயம், எனக்கு ஒரு நல்ல எக்ஸ்போஷரா இருக்குங்கிறதால தான் நான் இங்க வந்து படிக்குறேன்னு நான் கேட்ட உடனே அம்மா ஒத்துக்கலனாலும் அப்பா அம்மாவ சமாதானப் படுத்தி ஒத்துக்க வச்சாங்க. சோ அவங்க லவ் மேரேஜ்ங்கிற ஒரே ஹோப் தான் எனக்கு இருக்கு நம்மளப் புரிஞ்சுப்பாங்கன்னு".

ஆனால் அந்த விஷயமே இவர்களுக்குப் பிரச்சனையாய் அமையும் என்பதை அவள் அப்பொழுது சற்றும் எதிர் பார்த்திருக்கவில்லை.

"டோன்ட் வொரி டூ மச் வினு. தே வில் அன்டர்ஸ்டேண்ட் அண்ட் எவ்ரிதிங் வில் பீ ஓகே".

"ஓகே அகில், என்னைத் தூங்க விடாம தொந்தரவு பண்ணது போதும். எனக்குத் தூக்கம் வருது. குட் நைட்".

ஒரு கணம் குழம்பினான் அர்த்த ராத்திரில யார் யார தொந்தரவு பண்ணுனாங்கன்னு. இருந்தும் அவள் குறும்புத் தனத்தை அவன் ரசிக்காமலில்லை. ஒருவழியாக அவர்கள் பேசிவிட்டுத் தூங்கச் செல்லும் போது மணி பண்ணிரெண்டைத் தாண்டியிருந்தது. அவனுடன் பேசிய குஷியில் அவள் உறங்கிப் போனாள்.

இரண்டு வாரங்கள் கழித்து இன்டெர்வியூ ரிசல்ட் வந்த உடன் தான் போன உயிர் திரும்ப வந்தது போலிருந்தது வினுவிற்கு. உடனே தன்

பெற்றோருக்கு அழைத்துத் தனக்கு வேலை கிடைத்த மகிழ்ச்சியைப் பகிர்ந்து கொண்டாள். மகளின் திறமையை எண்ணி அவர்களும் பூரிப்படைந்தனர். உடன் அடுத்து வரும் விடுமுறையில் வீட்டிற்கு வரும்படியும் கூறினர். பெற்றோரிடம் பேசி விட்டு அகிலனுக்கு அழைத்து விவரம் கூறினாள்.

"இதுல ஆச்சர்யப்பட என்ன இருக்கு வினு? எனக்கு ஒரு துளியும் சந்தேகமின்றி உன் மேல் முழு நம்பிக்கை இருந்தது. எனிவேஸ் காங்கிராஜிலேஷன்ஸ் டியர்".

"தேங்க் யூ அகில். என்ன விட எனக்காக நீங்க நெறய டைம் ஸ்பெண்ட் பண்ணி நெறய விஷயங்கள் சொல்லிக் கொடுத்தீங்க. தேங்க் யூ அகில்".
"போதும் வினு ரொம்பப் புகழாத. எல்லாம் உன் திறமைக்கும் முயற்சிக்கும் கிடைச்ச பரிசு".
"இந்த ஹாலிடேஸ்ல வீட்டுக்குப் போகணும் அகில்".

"போய்ட்டு வா வினு. என்ன முடிவெடுத்து இருக்க?"
"இல்ல அகில் நான் இப்போ சொல்லப் போறது இல்ல. நாம ஏற்கனவே டிசைட் பண்ண மாதிரி முதல்ல நான் வேலைக்குப் போகணும். அதுக்கப்புறம் தான் இதைப் பத்தி வீட்ல பேசணும்".
அவனும் அதை உணர்ந்து அவளின் உணர்வுகளுக்கும் முழு சுதந்திரம் கொடுத்து
"சரி வினு, உன் விருப்பம் போல செய்யலாம்" என்றான்.

அடுத்த வாரம் வந்த விடுமுறையில் வீட்டுக்குக் கிளம்புவதற்குத் தயாராகி முடித்து அவனை அழைத்துப் பேசினாள். குரலின் சிறு மாற்றத்திலேயே அவளின் மன நிலையையும் வருத்தத்திற்கான காரணத்தையும் யூகித்தான்.

"டோன்ட் வொரி வினு அண்ட் டோன்ட் ஸ்ட்ரெஸ் யுவர் செல்ஃப் டூ மச். காதலிக்கறது அவ்ளோ பெரிய குற்றமோ, தப்பான விஷயமோ இல்ல. நீ குற்ற உணர்ச்சியோட இருக்க வேண்டிய அவசியம் இல்ல. நீ இந்த அளவுக்கு வருத்தப் படக் கூடாதுன்னு தான் நான் உன்கிட்ட உன் அம்மா அப்பாகிட்ட எப்போ சொல்லப் போறன்னு கேட்டேன். நீ தான் வேலை அது இதுன்னு சொன்னதால உன் விருப்பத்திற்கும் மதிப்பு கொடுத்து அதை விட்டு விட்டேன். உன் விருப்பம் என்பதையும் விட உன்ன லவ் பண்றதையும் தாண்டி ஐ வில் ஆல்வேஸ் ரெஸ்பெக்ட் யூ வினு. அதனால் தான் உன் முடிவிற்கு நான் சம்மதித்தேன்.

உன்னால் நிம்மதியா, சகஜமா இருக்க முடியாதுன்னா வீட்டுக்குப் போன உடனே நாளைக்கே அவங்ககிட்ட சொல்லிடு. அப்புறம் ஒரு விஷயம். அம்மா தாயே மறுபடியும் உன் புராணத்தை ஆரம்பிச்சுடாத. ஐ மஸ்ட் பீ இன்டிபென்டென்ட், ரிபப்ளிக்ன்னு. நீ வேலைக்கே போகலன்னாலும் உன்ன வச்சுக் காப்பாத்துவேன். என்ன நம்பி நீ தைரியமா உங்க அப்பா அம்மாகிட்ட பேசலாம்" எனக் கூறி விட்டு என்னவெல்லாமோ விளையாட்டாகப் பேசி அவளை சிரிக்க வைக்க முயன்றான்.

'ஒரு சிறு குரல் மாற்றத்தையும் புரிந்து வைத்திருக்கிறானே! சிறிது முகம் வாடினால் கூட சிரிக்க வைக்க இவ்வளவு சிரத்தை கொள்கிறானே! இவனின்றி நம் வாழ்க்கை தான் வசீகரிக்குமா? நம்மால் வாழ்ந்திடத் தான் முடியுமா?' என்று எண்ணியவளாய் அழைப்பைத் துண்டித்து கிளம்புவதற்கு ஆயத்தமானாள். அதே சமயம் மீண்டும் அந்தக் குற்ற உணர்வு தன்னைத் தாக்க அவன் கூறிய வார்த்தைகளை மட்டுமே நினைவில் ஏற்றிக் கொண்டாள்.

வெள்ளிக் கிழமை இரவு அவள் இல்லத்தை அடையும் போது மணி பதினொன்றாகியிருந்தது. மகளைக் கண்ட உடன் மாயா அவளை உச்சி முகர்ந்து முத்தமிட்டார். அதற்குள் தன் வேலையில் மூழ்கியிருந்த பார்த்திபனும் வந்து விட இருவரையும் ஆரத் தழுவிக் கொண்டாள். பிறகு மூவரும் சிறிது நேரம் பேசிக் கொண்டிருக்கையில் பார்த்திபனுக்கோ பேரானந்தம் தன் மகள் பெரிதாக சாதித்து விட்டாளென்று. அவளின் அம்மாவிற்கும் கொள்ளை மகிழ்ச்சி என்பதில் ஐயமில்லை. அவரின் கணக்கு சிறிது தவறியது தான் லேசான வருத்தத்தைக் கொடுத்தது.

அவள் படிப்பை முடித்தவுடன் கோயம்புத்தூரிலேயே ஒரு கல்லூரியில் அவளை மேற்படிப்பில் சேர்த்து விடலாம் என்று நினைத்திருந்தார். மகளைத் திருமணம் வரையிலாவது தங்களுடனேயே வைத்துக் கொள்ளலாம் என்றெண்ணி. அதுவும் சரி தான். இந்திய அம்மாக்களுக்கு மகள்களின் இந்த விஷயத்தில் மட்டும் மாற்றுக் கருத்தென்று ஒன்று உள்ளதோ? விதி விலக்கான அன்னைகளைக் காணத் தான் முடியுமோ? சற்றே ஏமாற்றமடைந்தாலும் மகளின் வெற்றிக்கும் கணவரின் மகிழ்ச்சிக்கும் முன் அது பெரிதாகத் தெரியவில்லை. இருவரிடமும் பேசிக் கொண்டிருந்து விட்டு உறங்கப் போகும் பொழுது மணி ஒன்றாகியிருந்தது.

அப்பொழுது தான் அவனிடமிருந்து வந்த இரண்டு மிஸ்டு கால்களைப் பார்த்துத் திரும்ப அழைத்தாள். அலைபேசியை நடு ராத்திரியிலும் கையிலேயே வைத்திருப்பான் போல.

உடனே எடுத்து,

"எத்தன மணிக்கு வீட்டுக்குப் போன வினு?"

"பதினொரு மணிக்கு வந்துட்டேன் அகில்".

"எவ்வளவு அவசரமாக இருந்தாலும் ஒரு ரெண்டு நிமிஷம் கால் பண்ணி சொல்ல முடியாதா? உங்க அப்பாவைப் பார்த்தா நீ உலகத்தையே மறந்துடுவன்னு தெரியும். நல்ல விஷயம் தான். அந்த ஒரே காரணத்துக்காகத் தான் நானும் திரும்பத் திரும்ப கால் பண்ணி டிஸ்டர்ப் பண்ணல. இங்க இருக்கறவனப் பாத்தா பைத்தியக் காரனா தெரியுதா? மேடம் அவ்ளோ பிஸியாகிட்டீங்களா?

அன்னைக்கு நான் ஒரு நாள் ஆஃபிஸுக்கு போன் எடுத்துட்டுப் போகாததுக்கு வானத்துக்கும் பூமிக்கும் குதிச்சயே! ஞாபகம் இருக்கா? அது சரி ஞாபகம் இருந்திருந்தா தான் நீயே கால் பண்ணியிருப்பயே! இது போன்ற விஷயங்களில் இனி விளையாட்டோ, கவனக் குறைவோ வேண்டாம்".

அவளின் எந்தப் பதிலுக்கும் காத்திராமல் அழைப்பைத் துண்டித்தான். என்ன பேசினான் என்பதை உணரவே அவளுக்கு சில நிமிடங்கள் பிடித்தன.

'அவன் குரலில் தான் எவ்வளவு கோபம், எவ்வளவு பதற்றம், எவ்வளவு தவிப்பு, எவ்வளவு காதல். இத்தனை மாதங்களில் இத்தனை நாட்களில் ஒரு சிறு கோபத்தையும் அவன் என்னிடம் காட்டியதில்லையே! ஒரு கடுஞ்சொல் உதிர்த்ததில்லையே! இன்று இவ்வளவு கோபப்படுகிறானென்றால் எத்தனை எதிர்பார்த்திருப்பான், எத்தனை பதறியிருப்பான்? ஒரு மணி வரையிலும் கூடத் தூங்கப் போகாமல் பரிதவித்துக் கொண்டிருந்திருக்கிறானே!' அவனின் கோபத்திற்கும் சுடுசொற்களுக்கும் வருந்துவதைக் காட்டிலும் மகிழ்ச்சியே கொண்டாள்.

'அப்பா கூட ஒரு முறை நான் ப்ளஸ் டூ படித்துக் கொண்டிருந்த போது தாத்தா வீட்டுக்குப் போயிட்டு ரீச் ஆனத சொல்ல மறந்ததுக்கு இப்படித் தானே திட்டுனாங்க'. அவனிடம் லேசாகத் தன் தந்தையின் சாயலை உணர ஆரம்பித்தவளுக்கு விழிகளெங்கும் கண்ணீர்த் துளிகள். அவனும் சற்று கலங்கித் தான் விட்டான், 'தன் குழந்தையாக எண்ணியவளிடம் இவ்வளவு கடுமையாக நடந்து கொண்டோமே' என்று. 'இத்தனை கடுமைக்கு நிச்சயம் அழுதிருப்பாள், தூங்கவே மாட்டாளே!' என்ற கவலையோடு அடுத்த இரண்டு நிமிடத்திற்குள் அவனே அழைத்தான்.

"சாரி வினு, டென்ஷன்ல அப்படிப் பேசிட்டேன். இனிமே இந்த மாதிரி பண்ணாத. நிம்மதியா தூங்கு மா".

மகிழ்ச்சியில் மூழ்கியவளுக்கு வார்த்தைகள் எட்ட வில்லை.

"ஓகே அகில், குட் நைட்" என்று கூறி வைத்து விட்டாள். இருவரும் நிம்மதியாக உறங்கச் சென்றனர். இரண்டு நாட்கள் பெற்றோருடன் இருந்து விட்டு ஞாயிற்றுக் கிழமை மாலை திரும்ப கல்லூரிக்குக் கிளம்புவதை நினைத்துக் கவலை தோய்ந்தவளாய் இருந்தாள். நான்கு வருடங்கள் என்ற போதும் ஒவ்வொரு முறை வீட்டிற்கு வரும் போதும் வருத்தப்படாமலோ, அழாமலோ திரும்பச் சென்றதில்லை.

பேருந்தில் வழி நெடுகிலும் சிந்தனைகள். இன்னும் வெகு சில நாட்களே! பின் பெற்றோரிடம் தங்கள் விஷயத்தைக் கூறி சம்மதம் வாங்குவதை நினைக்கையில் ஏற்படும் பரவசம். நெஞ்சின் மறுபக்கமோ பல வர்ணக் கனவுகள்.

இருவரின் வீட்டிலும் சம்மதித்த பிறகு, திருமணத்திற்குப் பின் ஊரறிய இது போன்ற எத்தனை எத்தனைப் பேருந்துப் பயணங்கள், ரயில் பயணங்கள், இருவரும் கை கோர்த்து செல்லும் தருணங்கள், கதைகள் பேசிக் கழிக்கும் இரவுப் பொழுதுகள், இருவரும் ஒன்றாக அமர்ந்து புத்தகங்கள் படிக்கும் தருணங்கள், செல்லமாக சண்டையிடும் பொழுதுகள் இப்படி எத்தனை எத்தனை சிந்தனைகள் அவள் மனதின் ஓரம் வர்ணம் தீட்டிக் கொண்டிருந்தன அந்தப் பேருந்துப் பயணத்தில். கனவுகளாக இருந்தாலும் ஒரு சில விஷயங்கள் நினைத்த மாத்திரத்தில் நம் நெஞ்சோரத்தில் இனிப்பைத் தடவி விடுகின்றன. இவளின் இந்த நினைவுகளும் அது போல் தான். அந்த எதிர்காலக் கனவுகளின் கதகதப்பிலேயே சிறிது நேரம் மகிழ்வுற்றிருந்தாள்.

கல்லூரியை அடைந்ததும் முதல் வேலை பெற்றோரை அழைத்துத் தகவல் தெரிவித்து விட்டு உடனடியாக அவனை அழைத்தாள். இல்லையெனில் இவன் தான் இடை விடாது பேசி அலைபேசியை வெடிக்கச் செய்து விடுவானே!

"குட் மார்னிங் அகில். ஹாஸ்டலுக்கு வந்துட்டேன்".

"குட் மார்னிங் அம்மு. சரி கொஞ்ச நேரம் தூங்கிட்டு சாப்டுட்டு அப்புறமா காலேஜுக்குக் கிளம்பு".

எதிர் முனையில் தூக்கத்திலிருந்தவன் குரல் கூட இனிமையாகத் தான் ஒலித்தது வினுவிற்கு.

'அம்முவா? சுய நினைவோடு சொல்கிறானா? இல்லை அரை குறை தூக்கத்தில் ஏதேனும் உளறுகிறானா?' எதுவாயினும் அகிலன் அப்படி அழைப்பதை வினு வெகுவாக ரசித்தாள். உறக்கத்திலும் கூட நேசம் மாறாமல் பேசுகிறானே! சற்று மதி மயங்கித்தான் போனாள். பிறகு கல்லூரி முடிந்து விடுதி திரும்பிய பின் விடுமுறையில், பெற்றோருடன் நடந்த உரையாடலை காற்புள்ளி முற்றுப்புள்ளி மாறாமல் ஒப்பித்துக் கொண்டிருந்தாள்.

"அம்மாவிற்கு நான் ஹையர் ஸ்டடீஸ் பண்ணனும்னு தான் அகில் ஆசை. எனக்கு வேலை கிடைத்த சந்தோஷம் ஒருபுறம் இருந்தாலும் இந்தக் கவலை அம்மாவின் மனதில் ஒட்டிக் கொண்டு விட்டது".
"பார்த்தாயா? உன் அம்மாவும் நானும் ஒரே சிந்தனையில் யோசித்திருக்கிறோம்".
இதைக் கேட்பதற்கு அவளுக்கு மகிழ்ச்சியாகத் தானிருந்தது.

"பிறகு நீங்கள் மேலும் இரண்டு வருடங்களோ மூன்று வருடங்களோ காத்திருக்க வேண்டியிருந்திருக்கும் அகில்".
"உண்மைக் காதல் காலங்கள் முழுதும் காத்திருக்கும் பொறுமை உடையது கண்மணி. மேலும் உன் அம்மா இப்படி யோசித்திருப்பார் என்று நினைத்துத் தான் அன்றைக்கே நான் உன்னிடம் ஹையர் ஸ்டடீஸ் பற்றி கூறினேன். காரணம் உன் அத்தையும் இதே சிந்தனையுள்ளவர் தான். என்ன தான் பெரிய கல்லூரி பேராசிரியராக இருந்தாலும் தன் குழந்தைகளுக்கென்று வரும் போது மனமும், சிந்தனையும் சுருங்கி விடுகிறது. அனுவையும் இந்த ஒரே காரணத்தினால் தான் பெங்களூரிலேயே ஒரு கல்லூரியில் சேர்த்து விட்டோம். உன் அம்மாவும் இதே போல் மனம் வருந்தியிருப்பார் என்று நினைத்துத் தான் அன்றே உன்னிடம் கூறினேன். நீ எதையும் சிந்திக்காதவளாய் வேலை என்ற ஒற்றைக் குறிக்கோளிலேயே இருந்து விட்டாய்". 'என்னவென்று சொல்வது இவன் நம் மேல் கொண்டிருக்கும் அளவு கடந்த பிரியத்தை! வாழ்நாள் முழுதும் காத்திருப்பேன் என்கிறான்! என்னைப் பற்றி மட்டுமில்லாமல் என்னைச் சேர்ந்தவர்கள் பற்றியும் அக்கறை கொள்கிறானே!'

அவனின் ஒவ்வொரு பேச்சிலும், செயலிலும், கனிவிலும் உள்ளம் உருகிக் கசிந்து நெகிழ்ந்து போனாள். மேலும் அவனது ஒவ்வொரு செய்கையும் இவனில்லாமல் ஒரு வாழ்வை அமைத்துக் கொள்ளத்தான் முடியுமா? அப்படியே அமைத்தாலும் அது நரகமாயிராதா? என்ற எண்ணத்தையே அவளுள் ஆழமாய் விதைத்தது.

அந்த வருடம் அவள் தேர்வுகள் முடித்து ரிசல்ட்ஸ் வந்த இரு மாதங்களுக்குள் வேலையில் சேர வேண்டிய நெருக்கடி ஏற்பட்டிருந்தது. அவளுக்கு மிகுந்த சிரமமின்றி அவளுக்குக் கொடுத்திருந்த பல தேர்வுகளில் அவளுக்கான லொக்கேஷன், ஸ்ட்ரீம், டொமெய்ன் என அனைத்தையும் அகிலனே தேர்வு செய்து கொடுத்தான். நான்கு வருடங்கள் பெங்களூரில் இருந்து படித்ததற்கு மாறுதலாய் அவன் வினுவிற்காக சென்னையைத் தேர்வு செய்தான். அதற்காக அவள் அகிலனிடம் செல்லமாகக் கடிந்து கொண்டாள். அதற்கும் அவன் பொறுமையுடன் விளக்கம் கூறவே செய்தான்.

"இல்லை வினு நீ நான்கு வருடங்கள் இங்கிருந்தது போதும். புதுப்புது அனுபவங்களுக்கும், நிறைய கற்றுக் கொள்வதற்கும் நிச்சயம் ஒரு இட மாறுதல் அவசியம்".

"சரி அகில்".

சரி என்று இழுத்ததிலேயே உணர்ந்து கொண்டான்.

"சொல்லுங்க மேடம்க்கு என்ன பிரச்சினை? அடியேன் என்ன செய்ய வேண்டும்?"

"எப்படி அகில் கண்டுபிடிச்சீங்க?"

"ஆமா இது பெரிய ராக்கெட் சயின்ஸ் பாரு. இஸ்ரோ சயின்டிஸ்ட்ஸ் கண்டு பிடிக்க! உன் ஒவ்வொரு குரல் அசைவும் எனக்கு அத்துப்படி. சரி என்ன விஷயம்? அதைச் சொல்லு".

அவன் வார்த்தைகளில் உள்ளூர மகிழ்ந்தவள்

"இன்னும் முழுசா ரெண்டு மாசம் கூட இல்ல. இன்னும் ஹாஸ்டல கூட வெக்கேட் பண்ணல. செமஸ்டர் ஹாலிடேஸ் கூட முழுசா என்ஜாய் பண்ண முடியாது. அம்மா அப்பா கூடவும் டைம் ஸ்பெண்ட் பண்ண முடியாது. ஹாலிடேஸ் முடியறதுக்கு முன்னாடியே டிரெய்னிங்ல ஜாயின் பண்ற மாறி இருக்கும். உங்களையும் மிஸ் பண்ண வேண்டியிருக்கும்.

"அப்பாடா கடைசியாகவாவது சொன்னியே!"

புரிந்து கொண்ட அவளும் சற்றும் தாமதமின்றி

"லாஸ்ட் பட் நாட் தி லீஸ்ட் அகில்" என்றாள்.

"சரி வினு இதற்கு ஒரே தீர்வு தான் உள்ளது. உன் அம்மாவின் விருப்பப்படியே உங்க ஊர்லயே ஏதாவது ஒரு துறையில் ஹையர் ஸ்டடீஸ் பண்ணு. என் விருப்பமும் கூட அதுவே".

"அகில். ப்ளீஸ் என்ன கஷ்டப் படுத்தாதீங்க. என் அம்மா அப்பா தான். இருப்பினும் எனக்குன்னு ஒரு அடையாளம் இல்லாம என்னால எப்படி அவங்ககிட்ட போய் இவ்வளவு பெரிய விஷயத்தைக் கூறி என் விருப்பத்தை ஏற்றுக் கொள்ள வைக்க முடியும்?
யார் புரிஞ்சுக்கலனாலும் நீங்க புரிஞ்சுக்குவீங்கன்னு நெனச்சேன். நீங்களே இப்படிப் பேசினா எப்படி?"

"இதுல புரிஞ்சுக்கலன்னு எதுவுமே இல்ல வினு. இந்த வேலையை விட உன் சந்தோஷம், சௌகர்யத்திற்கு அதிக முக்கியத்துவம் கொடுத்தேன். ஏற்கனவே அவங்கள விட்டுட்டு நாலு வருஷம் இங்க தனியா இருந்துட்ட. அட்லீஸ்ட் இன்னும் இரண்டு மூன்று வருடங்களாவது நமக்குத் திருமணமாகும் வரையில் அவர்களும் தங்கள் செல்ல மகளுடன் இருப்பதற்கே ஆசைப்படுவார்கள் என்றெண்ணி உங்கள் மூன்று பேரின் மகிழ்ச்சிக்காக மட்டுமே கூறினேன் வினு. எனிவேஸ் உன் டெசிஷன் எப்போதுமே தப்பாகாதுமா".

"அகில் நான் உங்ககிட்ட ஒன்னு கேக்கலாமா?"
"இதென்ன தயக்கம்? எதுவும் தேவையில்லை. தாராளமாய் கேட்கலாம்".
"ஒரு வேளை அத்தை மாமா மாதிரி எங்க வீட்ல ஒத்துக்கலனா?"
"உனக்கு நான் ஏற்கனவே கூறி இருக்கிறேன் காலங்கள் முழுதும் காத்திருக்கத் தயாரென்று. அது வெறும் தங்க முலாம் பூசப்பட்ட வார்த்தையோ, சினிமா வசனமோ அல்ல. என் மனதிலிருந்து வந்த வார்த்தைகள்.இன்னும் உனக்கு என் மேல் நம்பிக்கை வர வில்லையா வினு?"

"............................"

"நான் தீர்க்கமாக நம்புகிறேன். நம் காதல் மேல் நாமே நம்பிக்கையிழந்தால் எப்படிம்மா? அப்படியே அவர்கள் கடைசி வரையிலும் ஒத்துக் கொள்ளவே இல்லையென்றாலும் உன்னிடம் வந்து காலப் போக்கில் அவர்கள் மாறி விடுவார்கள். அவர்கள் கோபமும், சோகமும் மறைந்து விடும். அவர்களின் சம்மதம் இல்லையென்றால் என்ன? என் குடும்பத்தாரின் சம்மதம் இருக்கிறதே! அது போதாதா? வா, நாம் திருமணம் செய்து கொள்ளலாம் என்று ஒரு நாளும் கூற மாட்டேன். இதை நினைத்து உனக்குக் கனவிலும் கவலை வேண்டாம். நிம்மதியாக இரு.

மேலும் உன் உணர்வுகளையும் சரி உன் பெற்றோரின் உணர்வுகளையும் சரி நான் என்றும் புரிந்து கொள்ளத் தவறியதில்லை. அவர்களைக் காயப்படுத்தி இந்தத் திருமணத்தில் எனக்கு உடன்பாடில்லை. வலியும், வேதனையும், அவமானமும் ஆண்களுக்கும் பெண்களுக்கும் பொதுவானது தான். அதை ஒரு நாளும் உனக்குக் கொடுத்திட மாட்டேன். நான் நம் இரு குடும்புங்களையும் உன்னையும் கஷ்டப்படுத்தி என்றும் எதுவும் செய்ய மாட்டேன். நம் இருவரின் பெற்றோர் உணர்வுகளையும் உன் உணர்வுகளையும் முழுமையாக மதிக்கத் தெரிந்தவன். நான் ஏற்கனவே கூறியிருக்கிறேன் வினு நான் உன் மேல் கொண்ட நேசத்தைத் தாண்டி உன்னை என்றும் மதிக்கிறேன்

என்று. எனவே உன் மனமோ உன் பெற்றோர் மனமோ புண்படும் படி
என்றுமே நடந்திட மாட்டேன்.

நீ இல்லையென்றால் என் வாழ்க்கை வற்றிய நதியாகி விடும்,
நரகமாகி விடும் என்பது நிதர்சனமான உண்மை. ஆனால் அது என்
தனிப்பட்ட விஷயம். நம் இருவரில் ஒருவரின் பெற்றோரேனும்
இல்லாதிருந்தால் கூட அது நம் வாழ்நாள் முழுதும் நமக்கு ரணத்தைக்
கொட்டினாலும் பரவாயில்லை. இந்தத் திருமணம் நமக்குத்
தேவையில்லை. அது நம் கனவுகளில் தொலைந்த பொக்கிஷமாகவே
இருக்கட்டும். குடும்பங்களுக்கப்பாற்பட்ட இணைதல் நரகத்தை விடவும்
கொடியது. அது நடக்காமலிருப்பதே சிறந்தது. சேர்ந்தும் பல காதல்கள்
இறந்ததுண்டு, பிரிந்தும் பல காதல்கள் வாழ்ந்ததுண்டு வினு".
என்று முடித்தவனின் விழிகளையும், கன்னங்களையும் நெருப்பாய்
சுட்டெரித்தன அவன் கண்ணீர்த் துளிகள். அதுவரை விழி நீருடன்
மௌனமாய் கேட்டுக் கொண்டிருந்த வினு உடைந்து போய்
அழைப்பைத் துண்டித்து தலையணையில் விழுந்து அழுதாள். அந்தத்
தலையணை மட்டுமே அறியும் அவள் கண்ணீர்த் துளிகளின் ஆழத்தை.

பதறிப் போய் உடனே அழைத்தான். மறு முனையில் அவள்
விசும்பி அழும் சத்தம் கேட்க நொறுங்கி விட்டான் ஒரு நொடி.
சுதாரித்துக் கொண்டு அவளைத் தேற்றி இயல்பு நிலைக்குக் கொண்டு
வர முற்பட்டான்.

"இங்க பாரும்மா, இப்போதைக்கு இது தேவையில்லாத
குழப்பம். வருத்தமும் கூட. எனக்கு ஆழமான நம்பிக்கை இருக்கிறது.
என்ன ஆச்சு வினு உனக்கு இன்னைக்கு? எப்போதும் ரொம்ப
நம்பிக்கையா, பாஸிட்டிவா இருப்ப. இன்றைக்கு ஏன் இவ்வளவு
தடுமாற்றம்? எதுவா இருந்தாலும் சரி. இப்போ இது அனாவசியமான ஒரு
தவிப்பு. எதுன்னாலும் பிறகு பார்த்துக் கொள்ளலாம். உன்னோடு
உனக்காக என்றும் நானிருப்பேன். எதையும் மனதில் போட்டுக் குழப்பிக்
கொள்ளாமல் இப்போது தூங்க முயற்சி செய்".
"சரி அகில். டேக் கேர்".
என்று மட்டும் கூறி அலைபேசியை வைத்து விட்டாள்.

அவன் கூறிய வார்த்தைகளை மூளை ஏற்க இதயம் மறுக்க ஒரு
பெரும் போராட்டத்திற்குப் பின் உறங்கிப் போனாள். அவளை
சமாதானப் படுத்தி உறங்க வைக்கக் கூறினானே தவிர இவன் மனதின்
ஒரு ஓரத்தை அவள் கூறிய விஷயம் வெகுவாக அரித்துக்

கொண்டிருந்தது. இச்சிந்தனைகள் மனதை ஆக்கிரமிக்க அன்றிரவு உறக்கம் தொலைத்ததாக மாறிப் போனது.

'அவளின்றி ஓர் எதிர் காலமா? இந்த நினைப்பிலேயே ஓர் இரவே ஓர் யுகம் போல் கழிகிறதே! அவளில்லாத ஒவ்வோர் இரவும் ஒவ்வோர் நாளும் என் முழு வாழ்க்கையும் வசந்தம் தொலைத்த வனமாகி விடாதா? இறைவா என் கண்மணியை எப்படியாவது என்னிடம் சேர்த்து விடு'. வாழ்க்கையில் விவரம் தெரிந்த நாள் முதல் இந்த அளவிற்கு அழுததை நினைவு கூர்ந்து முழு இரவையும் தன் கண்ணீர்த் துளிகளால் எழுதிக் கொண்டிருந்தான்.

அப்போதைக்கு இருவரும் அந்த சிந்தனைகளை மறந்து மறு நாள் பேசிக் கொண்டிருக்கும் போது

"அகில் நான் ஹாஸ்டல் வெக்கேட் பண்ணி சென்னை போறதுக்கு முன்னாடி என்ன ஒரே ஒரு டைம் வெளில கூட்டிட்டுப் போறீங்களா?"

தன்னவள் முதல் முறையாக ஆசைப்பட்டு ஒரு விஷயம் கேட்டிருக்கிறாள். இத்தனை நாட்களில் ஒரு விஷயமேனும் இது போன்று அவள் கேட்டு அவன் கண்டதில்லை. இருப்பினும் இதற்கு சரி என்று கூற முடியாமல் மனம் வருந்தி

"கண்டிப்பா அம்மு, ஆனா இப்போ வேண்டாம். இன்னொரு நாள் உன் அம்மா அப்பா சம்மதம் தெரிவித்த பின் என் மகாராணியை எல்லா இடங்களுக்கும் அழைத்துச் செல்கிறேன். வருத்தம் வேண்டாம் அம்மு".

"நான் தப்பா ஏதும் கேக்கலையே அகில். ஐ வாண்ட் டு அண்ட் ஐ வில் செரிஷ் இட் ஆல்வேஸ். தப்பா ஏதும் இருந்திருந்தா நான் கேட்டிருக்கவே மாட்டேன் அகில்".

அதற்கு மேலும் மறுக்க முடியாதவனாய் அவள் மனம் வருந்தி விடக் கூடாதென்று எண்ணி

"சரி விணு ஒரு நாள் கூட்டிட்டுப் போறேன்" என்றான்.

இரண்டு மாதங்கள் முடிவதற்குள் அவள் சென்னை கிளம்ப நேர்ந்தது. அதற்குள் ஒரு முறை அகிலனின் வீட்டிற்குச் சென்று அவன் பெற்றோர், தங்கை என அனைவரிடமும் விவரத்தைக் கூறினாள். அவனது பெற்றோரும் மகிழ்ச்சியுடன் அவளை ஆசீர்வாதம் செய்து வழியனுப்பினர். கிளம்பும் போது அவனிடம்

"நீங்க என்ன வெளில கூட்டிட்டுப் போகவே இல்ல அகில்"

என்றவளின் வார்த்தைகளிலும் கண்களிலும் ஒரு சிறு ஏமாற்றமும் வலியும் தெரிந்தன. சிறிய எதிர்பார்ப்புகள் கூட ஏமாற்றமடையும் போது பெரிய வலிகளைத் தந்து விடுகின்றன.

"என்ன மன்னிச்சுடு வினு, உன்ன விட எனக்கு ரொம்ப வருத்தமா இருக்கு. இது வரை என்னிடம் எதுவும் கேட்டிராத நீ முதல் முறையாக ஒன்றைக் கேட்டு என்னால் நிறைவேற்ற முடிய வில்லை".
"பரவாயில்லை அகில், வருத்தப் படாதீங்க".
"எங்க போகணும்ம்னு நெனச்சிருந்த வினு?"
"ரங்கநாத சுவாமி கோவிலுக்கு".
"நீ போனதில்லையா அம்மு?"
"போய் இருக்கேன் அகில். நெறய வாட்டி என் ஃப்ரெண்ட்ஸ் கூட".
"சாரி அம்மு, கண்டிப்பா உன்ன ஒரு நாள் அங்க கூட்டிட்டுப் போறேன்".
"சரி அகில், நான் கிளம்பறேன்".
"சரி நானே உன்ன ஹாஸ்டல்ல விட்டுடறேன்".
"சரி அகில், கொஞ்ச தூரம் தானே! நடந்தே போய்டலாம்".
"உத்தரவு மகாராணி".

மறு நாள் சென்னை கிளம்ப வேண்டும். புது இடம், புது மனிதர்கள், புது அனுபவம் இவை எல்லாவற்றையும் தாண்டி அகிலனைப் பிரிகிற சோகம் ஒரு புறம் இருப்பினும் அவனுடனான அந்தப் பத்து நிமிட நடைப் பயணத்தை வாழ்நாளில் அவளால் என்றும் மறக்க முடியாது.

எத்தனை முறை இந்த நான்கு வருடங்களில் அதே சாலைகளில் நடந்திருப்பாள். அவனுடனான பயணத்தில் மட்டும் அந்த சாலைகள் சோலையாகிப் போன மாயம் தான் என்ன? சாலையோரப் பூக்களும், மஞ்சள் பூசி மறைந்து கொண்டிருக்கும் மாலைக் கதிரவனும், காற்றின் கீர்த்தனைகளும், தன்னவனின் மிக நெருக்கமான ஸ்பரிசங்களும் அவள் மனதில் இன்பத்தை நிரப்பிக் கொண்டிருந்தன. வாகனங்களின் இரைச்சலைத் தாண்டியும் அவர்களினூடே நிலவிய மௌனம் அதி ஆழமானது. நிசப்தத்தைத் தாண்டிய சப்தம் இவ்வுலகில் உள்ளதோ? இருவரும் தங்களிடையே நிலவிய மௌனத்தை ரசித்த படியே கல்லூரி விடுதியை அடைந்தனர். அவன் கண் பார்வையிலிருந்து அவள் சிறு புள்ளியாய் மறையும் வரை அவன் நின்று ரசித்து விட்டு வீடு வந்து சேர்ந்தான்.

அன்றிரவு தன் பொருட்களையெல்லாம் எடுத்து வைத்துக் கொண்டாள். காலை பதினோரு மணிக்கு விமானம். தன் அம்மாவை

கண்ணாடி காலங்கள்

அழைத்துப் பேசி விட்டு உறங்கச் சென்றாள். அன்றிரவு அவளுக்கிருந்த மனக் கலக்கத்தை வார்த்தைகளில் கூறி விட முடியாது. வேலைக்காகக் கிளம்பும் மகிழ்ச்சி ஒரு புறமிருந்தாலும் இத்தனை நாட்கள் தான் தங்கியிருந்த அந்தக் கல்லூரியின் விடுதியில் அவள் கழிக்கப் போகும் கடைசி இரவை எண்ணி அவள் மனம் வருந்தியதில் வியப்பில்லை அல்லவா? அன்றிரவு மட்டும் மிக சீக்கிரம் விடிந்து விட்டதைப் போல் உணர்ந்தாள். அடுத்த நாள் காலை குளித்துக் கிளம்பி ஆனால் விடுதியை விட்டு வரத் தான் முடியவில்லை.

நான்கு வருடங்கள் தான் தங்கியிருந்த இடமாயிற்றே! பல இனிய தருணங்களைத் தன் தோழியுடன் பகிர்ந்து கொண்ட பட்டாம் பூச்சிக் கூடு அது. அவளைப் பொறுத்த வரையில் அது கட்டிடம் மட்டும் அல்லவே. தன் வாழ்நாளின் மிக அழகிய நேரங்களையும், நினைவுகளையும் சுமந்து கொண்டிருக்கும் நினைவுப் பெட்டகம் அது. தன் தோழிகளுடன் செலவிட்ட அழகிய நிமிடங்கள், செல்ல கோபங்கள், சின்ன சண்டைகள், கவலை மறந்த அரட்டைகள் இவையனைத்தையும் பகிர்ந்து கொண்டது இந்த விடுதியறை தானே! அகிலனுடன் முதன் முதலில் மனம் விட்டுப் பேசியதும் இங்குதானே! உங்களை விரும்புகிறேன் என்று கூறியதும் அவனுடன் சேர்ந்து முதன் முதலாய் அதைக் கேட்டதும் இந்த நான்கு சுவர்கள் தானே! எத்தனை நாட்கள் அவனுடன் பேசிக் கொண்டிருக்கும் போது தன் மகிழ்ச்சி, சோகம், கண்ணீர், பயம், ரகசியம் என அனைத்தையும் அவனுடன் சேர்ந்து பங்கிட்டுக் கொண்டது இந்த அறை தானே!

ஐந்து நிமிடங்கள் அதை வெறித்துப் பார்த்து விட்டுக் கனத்த நெஞ்சத்துடன் நினைவுகளை மட்டும் அங்கேயே விட்டு விட்டு அறையை விட்டு வெளியேறினாள். அது சரி நம்மில் பலருக்கு விடுதி என்பது இன்னொரு வீடாகவும் பறவைகளின் கூடாகவும் தானே அமைந்து போகிறது!

விடுதி அறையை விட்டு வெளியே வந்தால் தன் கல்லூரி தான் எத்தனை எத்தனை நினைவுகளைத் தாங்கி நிற்கிறது மிகப் பிரம்மாண்டமாய். தன் வகுப்பறையிலிருந்து, விளையாட்டு மைதானத்திலிருந்து, அவனைக் காதலிப்பதாக முதன் முதலில் உணர்ந்த அந்த மரத்தடி வரை ஆயிரமாயிரம் ஏக்கங்கள். இந்த நான்கு வருடங்களில் தான் எத்தனை நண்பர்கள், புது மனிதர்கள், புது அனுபவங்கள் எனத் தன் மனத்தின் ஆழத்தில் பதிய வைக்கப் பட்டிருந்த ஒவ்வொன்றையும் யோசித்துப் பார்த்துக் கொண்டே நடந்தாள். நகர்ந்தாள் என்றே கூற வேண்டும். சில சமயங்களில் இந்த உலகத்தைக்

காட்டிலும் நம் இதயம் கனமானது என்ற உணர்வைத் தர நினைவுகளுக்கு மாத்திரமே சக்தி உண்டு என்பதைப் புரிந்து கொண்டாள். கல்லூரி வாழ்க்கையைக் காட்டிலும் நம் வாழ்வில் ஓர் நந்தவனம் உள்ளதெனில் அது கனவுகளில் மட்டுமே சாத்தியம்.

"கல்லூரி நினைவுகளின் வேடந்தாங்கல். இங்கு இளைப்பாறத் தான் பறவைகளும் ஒற்றைக் காலில் தவமிருக்கின்றனவோ?" எங்கேயோ படித்த வரிகள் நினைவுக்கு வர மனம் வலிக்கத் தான் செய்தது.

ஒரு வழியாக சென்னை விமான நிலையத்தை அடையும் பொழுது மதிய வேளையைத் தாண்டியிருந்தது. விமான நிலையத்தை அடைந்த உடன் ஓர் இன்ப அதிர்ச்சி காத்துக் கொண்டிருந்ததை அவள் சற்றும் எதிர் பார்க்க வில்லை என்றே கூறலாம். சென்னை அவளை வரவேற்கும் முன் அவர்கள் அவளை வரவேற்கத் தயாராக இருந்தனர். அதைக் கண்ட அவளுக்குக் கண் கலங்கிற்று.

ஆம். விமானிற்கு முன் அவளுடைய பெற்றோர் இருவரும் அங்கு அவளுக்காகக் காத்துக் கொண்டிருந்ததை நினைக்கையில் மனம் சிலிர்த்தது. அவள் கொண்டிருந்த அத்தனை வலிகளும் ஓர் நிமிடத்தில் பகலவன் கண்ட பனித்துளி போல் மறைந்தன. பெற்றோரின் பாசத்திற்கு இந்தப் பிரபஞ்சத்தில் நிகரேதும் இருந்தால் அது பெற்றோரின் பாசம் மட்டுமே. உடன் ஓடி வந்து இருவரையும் ஒரு சேர கட்டிக் கொண்டாள்.

பிறகு மூவரும் ஒரு ஹோட்டலில் ரூம் எடுத்து இரண்டு நாட்கள் தங்கினர். அவள் பணி புரிய இருக்கும் அலுவலகம், தங்கும் இடம், அலுவலக நேரம் போன்ற தகவல்களைத் தெரிந்து கொண்டு அதற்கேற்றாற் போல் அனைத்து வசதிகளுடன் அவளுக்குப் பெண்கள் விடுதியொன்றையும் பார்த்துக் கொடுத்தனர். முதல் வேலையாக அவள் வந்து சேர்ந்ததையும் பின் நிகழ்ந்தவற்றையும் ஒரு குறுஞ்செய்தியாக அகிலனுக்கு அனுப்பினாள். அதன் பிறகே அவன் நிம்மதிப் பெருமூச்சிட்டான். அதுவரை அவனும் குழம்பித் திகைத்திருந்தான் புது இடத்தில் எப்படி சமாளிக்கப் போகிறாளென்று. அவள் குறுஞ்செய்தியைக் கண்டதும் கவலையின்றி தன் வேலையில் ஒரு மனதாய் ஈடுபட ஆரம்பித்தான். அவளும் பெற்றோர் தன்னுடன் இருப்பதை எண்ணி அகமகிழ்ந்தாள். அவளுக்குத் தேவையான அனைத்து வசதிகளையும் செய்து கொடுத்த பின் இருவரும் கிளம்பத் தயாராயினர்.

அதற்கு முன் பார்த்திபன் வடபழனி முருகன் கோவிலுக்குச் சென்று தன் மகள் பெயரில் அர்ச்சனை செய்து மனமுருகி வேண்டி வந்தார். கிளம்புவதற்கு முன் விபூதியையும், முத்தத்தையும், தன் பாசத்தையும் அவள் நெற்றியிலிட்டு அவளைத் தன் தோள் சேர்த்து அழுதார். வினுவிற்கு உயிர் உடைந்து விட்டது போல் இருந்தது. தனக்கு ஒன்பது வயதில் காய்ச்சல் வந்து மருத்துவமனையில் அனுமதிக்கப்பட்ட போது தன்னை மடியில் போட்டுக் கொண்டு அப்பா அழுது முதன் முதலில் பார்த்தது, அதற்குப் பிறகு பண்ணிரெண்டு வருடங்கள் கழித்து இப்பொழுது அழுகிறார். ஆறுதல் தேவைப் பட்டவள் ஆறுதல் கூறும் இடத்திற்குத் தள்ளப் பட்டாள். அதைப் பொருட்படுத்தாது தந்தையின் கண்ணீரைத் துடைத்து அவரை சமாதானப் படுத்த முயன்றாள். தந்தையின் கண்ணீரைக் காட்டிலும் வலி மிகுந்த, வலி தரும் விஷயம் இவ்வுலகில் ஏதுமில்லை.

உடன் கவி உலகின் சக்கரவர்த்தியான நா. முத்துக் குமார் அவர்களின் வரிகளான,

"அலைந்திடும் மேகம் போல இந்த வாழ்க்கையே காற்றின் வழியில் போகின்றோம்!"

நினைவுக்கு வர அவை உயிர் வரை ஊடுருவி அது தந்த வலியின் முன் வார்த்தைகளற்றுப் போனாள். அதே அளவு வலியிருந்த மாயா தன் நெஞ்சைக் கல்லாக்கிக் கொண்டு அவர்களை இயல்பு நிலைக்குக் கொண்டு வர முயற்சி செய்தார்.

"நீங்களே சின்னப் புள்ள மாதிரி அழுதா பாப்பாவ யார் சமாதானப் படுத்தறது? நீ அழாதே செல்லம். ஒரு நல்ல விஷயத்துக்கு இங்க வந்துருக்க. எல்லாம் புரிந்து நடந்து கொள்" என மகளுக்குக் கூற வேண்டிய அனைத்து அறிவுரைகளையும் ஒரு தாயாய் கூறி விட்டுப் பின் இருவரும் அவளிடத்தில் விடைபெற்றுச் சென்றனர்.

அன்றிரவு ஏதோ வெறுமையாயிருப்பதைப் போன்ற உணர்வே மேலோங்கியிருந்தது. சிறிது நேரத்தில் அகிலனே அவளை அழைத்தான். முதல் முறையாக அவனது அழைப்பை ஏற்கவும் மனமின்றி மறுக்கவும் மனமின்றி எடுத்து அழுது ஓய்ந்த குரலில் பேசினாள்.

"இங்க பார் வினு, எப்போவும் போல பேச கால் பண்ணல. நீ இந்நேரம் என்ன பண்ணிட்டு இருப்பன்னும் எனக்குத் தெரியும். எதையும் போட்டு வீணா மனசக் கெடுத்துக்காத. இது ஒன்னும் உனக்குப் புதிதல்ல.

ஏற்கனவே நாலு வருஷம் ஹாஸ்டல்ல இருந்திருக்க. அப்புறம் என்ன? எதற்கும் வருத்தப் படாமல் நிம்மதியா சாப்புட்டுத் தூங்கு".

"சரி அகில்".

வேறு எதையும் எதிர்பாராமல் அவனும் அழைப்பைத் துண்டித்தான். அந்த வசீகரக் குரல் சிறு ஆறுதல் அளிக்கவே பயணக் களைப்பின் அசதியில் உறங்கிப் போனாள்.

மறுநாள் காலை எழுந்து குளித்துக் கிளம்பித் தயாராகிக் கொண்டிருந்த போது மாயா அழைத்து மறுபடியும் ஒரு முறை முதல் நாள் கூறிய அறிவுரைகளை ஞாபகப் படுத்தித் தன் மகளை மனப்பூர்வமாக வாழ்த்தினார்.

"புது இடம், புது மனுஷங்க வினு ஜாக்கிரதையா நடந்துக்க. ஆல் தி பெஸ்ட் டார்லிங்".

"தேங்க்ஸ்மா. அப்பா எங்க?"

"என்ன விட உங்க அப்பா ரொம்ப ஆர்வமா விடியற் காலையிலிருந்தே ஃபோனும் கையுமா இருக்காரு. இரு அப்பாகிட்ட தர்றேன்".

"ஆல் தி பெஸ்ட் குட்டிமா. பாத்து போயிட்டு வாடா".

"ஓகே பா".

உலகின் மிகச் சிறிய உரையாடல் நம் வாழ்க்கையில் யாரிடம் என்றால் நம்மில் பலரும் சந்தேகத்திற்கிடமின்றி தன் தந்தையுடனான உரையாடலையே கூறுவோம். அதுவே நம் வாழ்க்கையில் மிக ஆழமான உணர்வுகளையும், அர்த்தங்களையும் சுமந்து கொண்டிருக்கும் உரையாடலும் கூட.

தான் எதிர்பார்த்த மற்றொரு உறவிடமிருந்து அழைப்பேதும் வராததால் சற்றே ஏமாற்றமடைந்தாள். சிறு விஷயமாக இருந்தாலும் பெண்களின் எதிர்பார்ப்புகள் ஏமாற்றப்படும் போது அதிலும் தான் நேசிக்கும் நபர்களிடமிருந்து மறந்தும் கூட நிராகரிக்கப்படும் போது அவர்கள் பெறும் வலி வார்த்தைகளுக்கப்பாற்பட்டது.

பிறகு கிளம்பி சென்னைப் பேருந்துகளுக்குப் பரிச்சயப்பட்டு ஒரு வழியாகத் தான் வேலை செய்யப் போகும் நிறுவனத்தை அடையும் போது மணி பத்தாகியிருந்தது. பிறகு எல்லா ஃபார்மாலிட்டீஸும் முடித்துக் கொண்டு தான் வேலை பார்க்கும் டொமெய்ன் என எல்லாவற்றையும் தெரிந்து கொள்வதிலேயே முதல் நாள் நிமிடங்களென ஓடி விட்டது.

மாலை தன் விடுதிக்குத் திரும்பி முதல் வேலையாக அவனை அழைத்துப் பேசினாள்.

"ஏன் அகில் காலைல கால் பண்ணல?"

என்றவள் குரலில் வருத்தமும் எதிர்பார்த்து ஏமாற்றமடைந்த சோகமும் ஒருசேர கலந்திருந்தது.

"அம்மு சாரிடா. காலைல தவிர்க்க முடியாத ஒரு முக்கியமான வேலை. அதான் கால் பண்ண முடியல. ரியலி சாரிடா".

"சரி அகில்.பரவாயில்லை".

"ஹவ் வாஸ் யுவர் ஃபர்ஸ்ட் டே அம்மு?"

"ஆல் குட் அகில். உங்களுக்கு ஒன்னு தெரியுமா? என்னோட பெஸ்ட் ஃப்ரெண்ட் என் காலேஜ் மேட் ஷக்தியும் என் கூட தான் ஜாய்ன் பண்ணியிருக்கா. ஐ யம் சோ ஹேப்பி அகில்".

"பெஸ்ட் ஃப்ரெண்டா? இதுவரை என்னிடம் நீ சொன்னதே இல்லையேம்மா?"

"சாரி அகில் அன்னைக்கே சொல்லலாம்னு நெனச்சேன். ஆனா மறந்துட்டேன். ஷீ ஈஸ் மை க்ளோஸ் ஃப்ரெண்ட். ஷீ ஈஸ் சச் எ ஸ்வீட் ஹார்ட்".

"உன்ன மாதிரியே அம்மு".

"என்ன விட அகில்".

"எப்படிக் கூறுகிராய் வினு? அன்னைக்கு நீ சென்னை வருவதற்கு முதல் நாள் உன்ன ஹாஸ்டல்ல விட்றதுக்காக உன் கூட வந்தேனே. அப்போ வழில ஒரு ஓல்டேஜ் ஹோம் பாத்துட்டு திடீர்னு அழ ஆரம்பிச்சுட்டயே. இவங்க எல்லாரும் ரொம்பப் பாவம் இல்லையா அகில்? இவங்க என்ன தப்பு செஞ்சாங்க? எந்த எதிர்பார்ப்பும் இல்லாம தன்னோட பசங்கள எப்படியெல்லாம் வளர்த்திருப்பாங்க? அவங்களோட வயசான காலத்துல தன் பசங்களோடும், பேரக் குழந்தைகளோடும் தன் வாழ்நாளைக் கழிக்க எவ்வளவு ஆசைப்பட்டிருப்பாங்க? இதையெல்லாம் யோசிச்சுப் பாக்காம இவ்வளவு கல் மனசோட அவங்களால எப்படி இந்த மாதிரி தன்னோட அம்மா அப்பாவக் கொண்டு வந்து இப்படி ஒரு எடத்துல சேர்க்க முடியுது? என்றெல்லாம் கேட்டு யாருன்னே தெரியாதவர்களுக்கும் முன் பின் முகமறியாதவர்களுக்கும் கூட பரிதாபப்பட்டு அழுதாயே வினு? அதை விட வேறேதும் வேண்டுமா?"

கேட்டுக் கொண்டிருந்தவள் தன் ஒவ்வொரு செய்கையையும் நினைவில் வைத்துக் கொண்டிருக்கிறான் என்றெண்ணி பூரிப்படைந்தாள்.

"அகில் அம்மா காலைல ஒன்னு சொன்னாங்க. புது இடம், புது மனிதர்கள் என்று. அதைத் தாண்டி இந்த ஊரோட வெயிலும், பாஷையும் தான் பயமுறுத்துகிறது" என்று சிரித்தாள்.

"கவலைப் படாதே வினு! இன்னும் ஒரு மாசத்துல சென்னை செந்தமிழ் கத்துக்குவ. அப்புறம் நீ தான் எனக்கு சொல்லித்தரப் போற".

"இருக்கற தமிழ் மறக்காம இருந்தா போதும். ஓகே அகில். ஐ ஃபீல் டையர்ட். குட் நைட்".

"டேக் கேர் அம்மு. குட் நைட்".

தன் வேலையை ரசித்தும் மிகுந்த ஈடுபாட்டோடும் தான் செய்து வந்தாள். சில நாட்கள் சென்ற பின் ஒரு மாலைப் பொழுதில் அவளை அழைத்து விளையாட்டாய் பேசிக் கொண்டிருந்தவனிடம் சற்றும் எதிர்பாராமல் கோபப்பட்டு ஃபோனை வைத்து விட்டாள். அவளுக்கு முன்பாக அவனே ஒரு குறுஞ்செய்தி அனுப்பியிருந்தான்.

"டோன்ட் வொரி வினு. ஐ அன்டர்ஸ்டேன்ட். நான் ஏதும் சீரியஸா எடுத்துக்கல. நீ கவலைப் பட்டுட்டு இருக்காத. உன் வொர்க்கப் பாரு". அதைப் பார்த்த உடன் விழிகளில் நீர் பெருக இவனிடம் கோபப்பட்டு விட்டோமே என்றெண்ணி திரும்ப அழைத்தாள்.

"சொல்லுங்க மகாராணி அவர்களே! கோபம் போயிருச்சா?"

"சாரி அகில், வொர்க் ப்ரெஷர்ல கத்திட்டேன்".

"சாரிலாம் வேணாம். உன் கோபம், கோபத்தில் நீ கத்துவது கூட ரசிக்கும் படியாய்த் தானிருந்தது.வொர்க் ப்ரெஷரா? இதற்குத் தான் இந்த வேலைன்னு நீ சொன்ன உடனேயே வேண்டாம் என்று தடுத்தேன். மேடம் தான் ஒத்தக் கால்ல நின்னீங்களே! இப்போ கஷ்டப்படுவது யாரு? இதையெல்லாம் யோசிச்சுத்தான் நீ இவ்வளவு கஷ்டப்பட வேண்டியிருக்கும் என்றெண்ணி தான் வேண்டாம்னு சொன்னேன். குடும்பத்துல ஒருத்தன் இதுல குப்பை கொட்டுறது பத்தாதா வினு? அது சரி இப்போ இருக்கற பொண்ணுங்க எங்க கணவனோட பேச்சக் கேக்கறீங்க? அது சரி உன் அருமைத் தோழி ஷக்தி எப்படி இருக்காங்க?"

"ஹ்ம்ம். நல்லா இருக்கா அகில். பரவாயில்லையே நல்லா ஞாபகம் வச்சு இருக்கீங்க. ஆனா என்ன? எனக்கு ஆல் தி பெஸ்ட் சொல்ல தான் நேரமும், ஞாபகமும் இருக்காது. விடுங்க விடுங்க. நான் அத மறந்து ரொம்ப நாளாச்சு".

"மறந்துட்டேன்னு இன்னைக்கு வரைக்கும் ஞாபகம் வச்சு இருக்கியே வினு! ஆண்களுக்கும் பெண்களுக்கும் இந்த ஒரு விஷயத்தில் எப்போதுமே தகராறு தான். எங்க பசங்கள் பாரு நேத்து என்ன சாப்டன்னு கேட்டாலே முழிப்பானுங்க. ஆனா இந்தப் பொண்ணுங்க

மூணு வருஷத்துக்கு முன்னாடி எதுக்கு சண்டை போட்டோம்ங்குற லெவலுக்கு ஞாபகம் வச்சு இருப்பாங்க!

வருத்தப் படாத வினு, இந்த ஒரு விஷயத்துல ஃபெயில் ஆகிட்டேன். கருணை அடிப்படியில் கொஞ்சம் மார்க் போட்டு அட்லீஸ்ட் பார்டர் பாஸ் பண்ணி விட்ற கூடாதா?

இந்த எதிர்பார்ப்பு நியாயமானது தான் வினு. எந்தக் காரணத்தைக் கூறியும் நான் என் தவறை நியாயப் படுத்த விரும்ப வில்லை. அது உன்னை மேலும் காயப் படுத்தும். நீ கேட்காமலேயே உன் எதிர்பார்ப்புகள் அனைத்தையும் காலம் முழுதும் நிறைவேற்றக் கடமைப் பட்டிருக்கிறேன் வினு". என்றவனின் வார்த்தைகளில் பொதிந்திருந்த உண்மை தன் ஏமாற்றத்தையும் மீறி அவளை மகிழ்ச்சியடையச் செய்தது.

தன் முதல் மாத சம்பளம் வந்த உடன் தன் அம்மாவிற்குப் பிடித்த கார்னெட் நிறத்தில் ஒரு மல்பெரி சில்க் புடவையும், தன் அப்பாவிற்கு அவள் அவருடன் முதன் முதலில் தன் இரு வயதில் எடுத்த புகைப்படத்தின் ஃபோட்டோ ஃப்ரேம் ஒன்றும் வாங்கியிருந்தாள். அகிலனுக்காகத் தேடித் தேடி வாங்கியிருந்த நீல நிற டீஷர்ட் ஒன்றையும் அந்த வார இறுதியில் ஊருக்கு வரும் போது மறக்காமல் எடுத்து வைத்துக் கொண்டாள்.

சனிக் கிழமை அவனது இல்லத்திற்குச் சென்று வாசலின் முன் நின்று கொண்டு குறும்புத் தனமாக தொலைபேசியில் அழைத்தவளிடம்

"என்ன மேடம்? காலைல இவ்ளோ சீக்கிரம் எழுந்துடீங்க? அதுவும் சனிக் கிழமை?"

"ஹலோ! குட் மார்னிங் அகில்!"

"வீக் எண்ட்ல மேடம்க்கு குட் ஆஃப்டர்நூன் தானே வரும் வழக்கமா? இன்னைக்கென்ன காலை வணக்கம்லாம் வருது. வித்தியாசமா இருக்கே!"

"ஹலோ அகில்! நெட்வொர்க் ப்ராப்ளம். சிக்னல் இல்ல. வெளிய வந்து பேசுங்க".

"எனக்கா? என் நெட்வொர்க் நல்லாதான் அம்மு இருக்கு".

"ஹெல்ல்ல்லோ!"

"சரி இரு சென்னைக்கே கேக்கற மாதிரி கத்தாத. வெளில வரேன்".

என்று கூறி வெளியில் வந்தவனின் கண்களிலும் இதயத்திலும் குடி கொண்டிருந்த ஆச்சர்யத்திற்கு அளவில்லை.

"ஒரு மாதம் முடிந்து விட்டது. என்னைப் பார்க்க ஏன் நீங்க வரவே இல்லை?" என்று செல்லமாகக் கோபித்துக் கொண்டவளை சமாதானப் படுத்தி வரவேற்று தன் அறையிலிருந்த அனுவையும் அழைத்தான். சிறிது நேரம் மூவரும் ஹாலில் அமர்ந்து பேசிக் கொண்டிருந்தனர்.

"அத்தையும் மாமாவும் எங்க அனு?"

"அவங்க ரெண்டு பேரும் கோவிலுக்குப் போய் இருக்காங்க வினு".

"அனு என்ன அண்ணிய மரியாதை இல்லாம பேசிக்கிட்டு இருக்க?" என்று விளையாட்டாய் கேட்டான்.

"என்ன அகில்? எனக்கு நாற்பது வயசா ஆகிருச்சு? அதெல்லாம் ஒன்னும் வேணாம். இப்படிப் பேர் சொல்லிக் கூப்பிட்டாலே போதும்".

"அகில் நான் ஒரு விஷயம் உங்ககிட்ட சொல்லாம மறைச்சுட்டேன். சாரி அகில்".

என்ன பண்ணி வச்சுருக்கான்னு தெரியலையே என்று சற்றே திடுக்கிட்டவன் உடனே சுதாரித்து

"நீயா வினு? நீ ஒரு ஆல் இந்தியா ரேடியோ வினு. உன்னால் அப்படியெல்லாம் இருக்க முடியாது. என்ன விஷயம்?"

"எனக்கு சேலரி வந்துடுச்சு அகில்".

என்று அவள் கூறியவுடன் அவனின் முகத்தில் பூத்த மட்டற்ற மகிழ்ச்சி அவளை மேலும் சந்தோஷமடையச் செய்தது.

"ஃபைனலி மை கேர்ள் ஹேஸ் அச்சீவ்ட்".

அவன் கூறி முடிப்பதற்குள் அவனுக்காகத் தேடி அலைந்து வாங்கிய டீ ஷர்ட்டை அவன் முன் நீட்டவும் வார்த்தைகளற்றுப் போனான். மனம் நிறைந்தான்.

"இதைக் கொடுக்கவா முந்நூற்றைம்பது கிலோ மீட்டர் தாண்டி வந்துருக்க அம்மு. உன்னத் திட்டவும் முடியல. திட்டாம இருக்கவும் முடியல".

பத்து நிமிடங்கள் பேசிக் கொண்டிருந்த பின்,

"சரி அகில் அத்தையும் மாமாவும் இருப்பாங்கன்னு நெனச்சு வந்தேன். பட் அவங்க இல்ல. சோ நானும் சீக்கிரம் கிளம்பறேன்".

"இன்னும் கொஞ்ச நேரத்துல வந்துருவாங்க வினு. இரு அவங்களயும் பாத்துட்டே போலாம்".

"இல்ல அனு அவங்க இல்லாதப்போ நாம இப்படி இருந்தா நல்லா இருக்காது. நான் இன்னொரு நாள் வரேன்".

"நீயா வினு பேசற? அதுவும் இவ்வளவு பக்குவமா? எனக்கே ஆச்சர்யமா இருக்கு".

"ஆமா அகில் நானே தான். சரி அகில் நான் கிளம்பறேன்".

என்று இருவரிடமும் விடைபெற்றுக் கொண்டு அங்கிருந்து கிளம்பினாள். அங்கிருந்து தன் இல்லத்தை அடையும் நேரம் கதிரவன் தன் பொற்கிரணங்களை சுருக்கிக் கொள்ள ஆரம்பித்திருந்தான்.

அவள் வரவை அறியாத இருவரும் வெளியில் சென்றிருக்க அவர்கள் திரும்பி வரும் வரை வெளியிலேயே அமர்ந்திருந்தாள். 'அம்மாவை அழைக்கலாமா?' என்று யோசனை தோன்ற உடனே என்ன விஷயமாக சென்றுள்ளார்கள் எனத் தெரியாமல் அழைக்க வேண்டாம். வேலையை முடித்து விட்டு வரட்டும் எனத் தான் வாங்கியிருந்த தன் தந்தையுடனான புகைப்படத்தைப் பார்த்து ரசித்துக் கொண்டிருந்தாள்.

'எவ்வளவு கம்பீரம், எவ்வளவு ஆழமான பார்வை, எவ்வளவு அன்பான இதயம், எவ்வளவு தூய உள்ளம் வாழ்க்கையில் எத்தனை தியாகங்கள் செய்திருப்பார். எனக்காக என் ஒருத்திக்காக. நினைக்க நினைக்க நெஞ்சம் நெகிழ்ந்தாள். தனக்கு அம்மா, ஆடு, இலை, ஈட்டி சொல்லிக் கொடுத்ததிலிருந்து கார் ஓட்டக் கற்றுக் கொடுத்தது வரை'.

இந்த உலகில் அனைவருக்கும் கற்றலின் உறைவிடம் தந்தையே! அது அறிவிலும் சரி அனுபவத்திலும் சரி என்றுணர்ந்தாள். தன்னை மறந்து அந்தப் புகைப்படத்திலேயே லயித்தாள். ஒருவாறாக ஒரு மணி நேரத்துக்குப் பிறகு இருவரும் வந்து சேர்ந்தனர். வாசலில் அமர்ந்திருந்தவளைப் பார்த்த மாயாவிற்கு இது கனவென்று தோன்றி நிஜத்திற்கு வரவே சில வினாடிகள் ஆகின.

"ஏம்மா சாவியப் பக்கத்து வீட்டு ஆன்ட்டிகிட்ட குடுத்துட்டுப் போக மாட்டிங்களா? நீங்க பாட்டுக்குப் பொறுப்பில்லாம வெளில போய்ட்டீங்க. நான் இங்க பூட்டுன வீட்டுக்குக் காவல் காத்துகிட்டு உக்காந்துருக்கேன்".

"எனக்கென்னடி தெரியும் நீ வருவன்னு? என்கிட்டலாம் எந்த அசரிரீயும் வந்து சொல்லல இன்னைக்கு உங்க தவப் புதல்வி வருவான்னு. அது சரி உங்க அப்பாவைப் பாரு, ஷாக்ல இருந்தே இன்னும் வெளில வரல. அவருக்கே தெரியாது போல. அப்புறம் எனக்கெப்படி தெரியும்?"

"பாருங்கப்பா அம்மாவை!"

"என்னம்மா.... வினு வந்ததும் வராததுமா ஏன் சண்டை போடற?"

"அது சரி, அப்பாவும் பொண்ணும் சேர்ந்துட்டா ஊரையே வித்துடுவீங்க. நான் மட்டும் என்ன விதி விலக்கா?"

என்று மூவரும் பேசிய படியே வீட்டினுள் நுழைந்தனர். தான் வாங்கி வந்திருந்த புடவையை எடுத்துத் தன் அம்மாவிடம் நீட்டினாள். அவளின் முதல் சம்பளம் முதல் உழைப்பு, முதல் பெருமை என்பதை உணர்ந்த

மாயா அவளை எண்ணிப் பெருமிதம் கொண்டு, "எனக்கெதுக்குடா இதெல்லாம்?" என்றார். அவளிடமிருந்து வாங்கிய உடனேயே தன் மகளின் தோளில் அதை வைத்து அழகு பார்த்தார். தாயின் பாசத்திற்குத் தான் அளவுகோல் ஏதும் இல்லையே! தந்தையிடம் தன் அன்புப் பரிசை அளித்த போது மகிழ்ச்சியிலும் பெருமையிலும் சிலாகித்தார்.

'தோள் கொடுக்கும் தோழனும் நீயே! என் வாழ்வின் முதல் காதல் என்றும் நீயே!' என அதில் எழுதியிருந்த வார்த்தைகள் அவரையும் மீறி அவரைப் புன்னகைக்கவும் அதே சமயம் கண்ணீர் சிந்தவும் செய்தன. தங்களுக்காக அவள் வாங்கியிருந்த பரிசுப் பொருட்களை பார்த்து விட்டு மாயா

"என்னடா.... முதல் மாத சம்பளத்துல எங்களுக்காக மட்டும் இதெல்லாம் வாங்கிட்டு உனக்காக எதுவுமே வாங்கிக்கலையா?" என்றார்.

"எனக்கெதுக்குமா? அதுக்கு தான் நீங்க ரெண்டு பேரும் இருக்கீங்களே! உங்களுக்கு வாங்கிக் கொடுத்து உங்க சந்தோஷத்தப் பாத்தா அதுவே எனக்குப் போதும்மா".

"இருந்தாலும் உனக்குன்னு எதாவது வாங்கியிருக்கலாம்டா".

"இருக்கட்டும்மா.... பரவால. இன்னொரு டைம் வாங்கிட்டாப் போச்சு......... ஓ! இப்போ தான் எனக்குப் புரியுது. இனிமே எல்லாத்தையும் என்னையே வாங்கிக்க சொல்லி உங்க கடமையையும், பாரத்தையும் குறைக்கப் பார்க்கறீங்களா? அப்படிலாம் விட மாட்டேம்மா" என்று குறும்பாய்க் கூறினாள்.

அந்த இரு நாட்களையும் மிகுந்த மகிழ்ச்சியுடன் அவர்களுடன் கழித்த போதிலும் ஞாயிற்றுக் கிழமை இரவு கிளம்பும் போது வழக்கம் போல் அரை மனதுடனேயே கிளம்பினாள்.

அடுத்த நாள் அலுவலகம் முடிந்து வந்த உடன் அவனிடம் பேசிக் கொண்டிருந்த போது,

"ஹாய் அகில்! டீஷர்ட் எப்படிருந்தது? அதைப் பத்தி எதுவுமே சொல்லவே இல்லையே!"

"ஹாய் அம்மு! நானே சொல்லணும்னு நெனச்சேன். ரொம்பப் புடிச்சு இருந்துச்சு. நானே செலக்ட் பண்ணியிருந்தாலும் இவ்ளோ நல்லா பண்ணியிருக்க மாட்டேன்! நல்ல டேஸ்ட் உனக்கு. கல்யாணத்துக்குப் பிறகு உன்கிட்டயே எல்லா செலக்ஷனையும் விட்றலாம் போல. ஆனா இவ்ளோ எக்ஸ்பென்சிவா இருந்திருக்க வேண்டாம் அம்மு."

"நீங்க எடுத்துக் குடுத்த லைம் கிரீன் புடவையை விட இது கம்மி தான் அகில்" என உடனே அவள் மறுமொழி கூறவும் அவன் அமைதியானான்.

"வினு ஒரு முக்கியமான விஷயம். அடுத்த மாதம் என்னோட கசினுக்குக் கல்யாணம். இன்வைட் பண்றேன். நீ கண்டிப்பா வரணும்".

"மை பெஸ்ட் விஷ்ஷஸ் அகில்".

"விஷ்ஷஸ் மட்டும் சொல்லித் தப்பிக்கலாம்னு தப்புக்கு கணக்கு போடாத வினு. நீ கண்டிப்பா வரணும். இந்த வாழ்த்துக்களை மகாராணி நேரில் வந்து கூரினால் மிக்க மகிழ்ச்சி அடைவேன்".

"எங்க கல்யாணம்?"

"சென்னைல தான்".

"ஓ அதனால தான் என்ன இன்வைட் பண்றீங்க. இல்லனா கூப்பிட மாட்டீங்க?"

"……………………………………"

"போதும் போதும் மைண்ட் வாய்ஸ் இங்க வரைக்கும் கேக்குது. சென்னைல எங்க?"

"நுங்கம் பாக்கத்துல வினு".

"அகில் என் ஹாஸ்டலுக்கும் நுங்கம் பாக்கத்துக்கும் ரொம்ப தூரம். எப்படி வரட்டும்?"

"நான் வேணும்ன்னா மகாராணிக்குன்னு தனியா ஒரு ஃப்ளைட் ஏற்பாடு பண்ணினா தான் உண்டு. தெரியும் வினு ரொம்ப தூரம்னு. கல்யாணம் சண்டே தான். சோ நீ தாராளமா வரலாம்".

"எனக்கு அங்க யாரையும் தெரியாதே!"

"நான் இருக்கேனே!"

வார்த்தைகள் தொலைத்தாள்.

"அம்மா, அப்பா, அனு எல்லாரும் இருப்பாங்க. நீ எந்தத் தயக்கமும் இல்லாம வரலாம்".

"…………………………………………"

"ஒரு நிமிஷம் வினு அம்மா பேசணுமாம்".

"நல்லா இருக்கியா வினு?"

"நல்லா இருக்கேன் அத்தை. நீங்க, மாமா அனு எல்லாரும் எப்படி இருக்கீங்க?"

"எல்லாரும் நல்லா இருக்கோம்மா. நீயும் கல்யாணத்திற்கு வந்தா நல்லா இருக்கும் வினு. வாயேன்மா. நானும் உன்ன எங்க சொந்தக் காரங்களுக்கு அறிமுகப் படுத்தி வைப்பேன்ல!"

மறு முனையில் அவள் திகைத்துப் போனாள்.

"பயப்படாத வினு. சும்மா விளையாட்டுக்குக் கூரினேன். உங்க அம்மா அப்பா சம்மதம் வராம எதுவும் செய்ய மாட்டோம்".

"சரிங்க அத்தை".

'உன் பெற்றோர் மனமோ உன் மனமோ புண்படும்படி என்றுமே நடந்திட மாட்டேன்' என அவன் அன்று கூறிய வார்த்தைகளின் ஆழத்தை

அவளால் இப்பொழுது முழுமையாக உணர முடிந்தது. தன் அன்னையின் அடிப்படை குணங்கள் பொருந்தியதாலேயே அவனால் அப்படிக் கூற முடிந்ததென்று புரிந்து கொண்டாள்.

"சரி மா, அகில்கிட்ட தரேன். பேசுங்க".

"என்ன அகில் இப்படி செஞ்சுட்டீங்க? நீங்க மட்டும் சொல்லியிருந்தா கூடவும் யோசிச்சுருப்பேன். முடியாதுன்னு கூட சொல்லியிருக்கலாம். அத்தை கிட்டயும் சொல்லி அவங்க சொன்னால இப்போ பாருங்க என்னால மறுக்க முடியல".

"அது சரி இப்போதே மாமியார் சொல்லைத் தட்டாத மருமகள் ஆகி விட்டாயா? இனி என் பேச்சைக் கூட கேக்க மாட்டாய் போலிருக்கிறதே!"

"எங்க ரெண்டு பேருக்குள்ள ஆயிரம் இருக்கும்பா" என்று குறும்பாய் வம்பிழுத்தவளிடம் சிறிது நேரம் பேசிக் கொண்டிருந்து விட்டு பின் இருவரும் அவரவர் வேலைகளில் மூழ்கினர். ஒரு மாதம் கழிந்த பிறகு கல்யாணத்திற்கு முதல் நாள் விணுவை அழைத்து நினைவு படுத்தினான்.

"கவலைப் படாதீங்க அகில், உங்களப் பார்க்க இல்லனாலும் அத்தையையும் அனுவையும் பார்க்கக் கண்டிப்பா வந்துருவேன்".

"சரி விணு. நீ அவங்களப் பார்க்கவே வா. வந்துட்டு என்னத் தேடாத சரியா?"

"சரிப்பா மாட்டேன். நாளைக்கு மீட் பண்ணலாம். குட் நைட்".

"குட் நைட் அம்மு".

மறு நாள் காலை எழுந்து குளித்து ரெடி ஆகிவிட்டுத் தன் தோழி ஷக்தியிடம் விபரம் தெரிவித்து விட்டுக் கிளம்பினாள். அன்று தான் அவளும் முதல் முறையாக சென்னையின் வைகறைப் பொழுதுகள் அதுவும் ஞாயிற்றுக் கிழமைகளில் எப்படியிருக்கும் என்பதை அறிந்தாள். உடனே அவன் முன்னொரு நாள் கூறியது 'சனி, ஞாயிறுகளில் மேடம்க்கு குட் ஆஃப்டர்னூன் தானே வரும்' நினைத்துச் சிலிர்த்தாள். நம்மைப் பற்றி நம்மை விட இவன் நன்றாகத் தெரிந்து வைத்திருக்கிறானே' என்று.

வழி நெடுகிலும் ஆயிரமாயிரம் கனவுகள். தங்கள் திருமணம், எதிர்கால வாழ்க்கை பற்றி. சில சமயங்களில் கனவுகள் கனவுகளாக மட்டுமே பொய்க்கின்றன. இதை உணரும் திறனும், அறியும் சக்தியும் மானுடர்க்கிருந்தால் உலகில் ஏமாற்றத்திற்கும் துன்பத்திற்கும் தான் வேலையிராதே!

கண்ணாடி காலங்கள்

கல்யாண மண்டபத்தை அடைந்து உள்ளே நுழைந்தவளின் மேல் அங்கிருந்த ஆயிரம் விழிகளும் திரும்ப சந்தன நிறப் புடவையில் தங்கச் சிலையாய் வந்து நின்றாள். அங்கிருந்தவர்களில் பெரும்பாலானோருக்கு மணப்பெண் யாரென்ற சந்தேகம் ஒரு நிமிடம் எழுந்து மறைந்தது சர்வ நிச்சயம். எவ்வித செயற்கை முகப் பூச்சு, ஒப்பனையுமின்றி கார் மேகப் பூங்குழலோடும் இயற்கையின் ரம்மியங்கள் அனைத்தும் ஒரு சேரப் பெற்றதன் அழகுடனும் தோன்றினாள். அகிலனும் ஒரு கணம் திகைத்துத் தான் போனான் என்றே கூற வேண்டும். முன்பு பல நாட்கள் சல்வார் கமீஸிலும் ஜீன்ஸிலும் பார்த்த நம் வினு தானா என்று? பிறகு அகிலனையும் அவனது வீட்டினரையும் சந்தித்துப் பேசி விட்டு வந்து உட்கார்ந்திருந்தாள்.

அவனுக்கு அதிகப் படியான வேலைகள் இருந்ததால் தங்கை அனுவை அவளிடம் சென்று சிறிது நேரம் பேசிக் கொண்டிருக்குமாறு அனுப்பி வைத்தான். இவ்வளவு வேலைகளிலும் தனக்கும் கொஞ்சமும் குறையாமல் முக்கியத்துவம் கொடுப்பதை எண்ணி அவள் இன்புற்றாள். இது ஒரு புறமிருக்க மறுபுறமோ வெகு நாட்களுக்குப் பின் அகிலனைப் பார்த்த மகிழ்ச்சியும் ஒன்று சேர்ந்து கொண்டது. வெகு நாட்களென்றால் வாசகர்கள் தவறாகக் கணக்கிட்டுக் கொள்ள வேண்டாம். அது வெறும் இரண்டு திங்கள் தான். அதாவது அறுபதே நாட்கள். சிறிது நேரம் அவளிடம் பேசிக் கொண்டிருந்த அனு தன் உறவினர் ஒருவர் மணமக்களுக்கு ஆரத்தி எடுப்பதற்காக அழைக்க அவளும் அங்கிருந்து விடை பெற்றாள்.

வெகு நேரமாகத் தனியே அமர்ந்து கொண்டிருந்தவள் அத்தனை கும்பலிலும் தனித்து விடப் பட்டதை போல் உணர்ந்தவள் என்ன செய்வதென்று அறியாது அகிலனைத் தேட ஆரம்பித்தாள். அவனைத் தேடிக் கொண்டிருந்த அந்த நேரத்தில் தான் அவள் விழிகள் நம்ப மறுக்கும் அந்தக் காட்சியை அவள் கண்டாள்.

யாருமில்லாத மணமகன் அறையில் அகிலனும் இன்னொரு பெண்ணும் தனியே பேசிக் கொண்டிருப்பது தெளிவாகத் தெரிந்தது. அந்தப் புதியவள் அகிலனின் கைகளைத் தன் கைகளுக்குள் பற்றிக் கொண்டு ஏதோ அழுது புலம்பி கூறிக் கொண்டிருந்தாள். அதைப் பார்த்து விட்டு மேலும் அங்கு நிற்பது தவறென்றெண்ணி சலனமற்று அவ்விடத்தை விட்டு நகர்ந்தாள்.

அவள் வந்ததை கவனிக்கத் தவறாதவன் அந்தப் பெண்ணை முடிந்த வரையில் சமாதானம் செய்து விட்டு வெளியில் வந்து வினுவைத் தேட ஆரம்பித்தான். அவள் தனியே அமர்ந்திருப்பதைக் கண்டதும் அவளருகில் வந்து அமர்ந்து அவளைக் கூர்ந்து நோக்கினான். அதே பார்வை, அதே வசீகரப் பார்வை, தன் உயிர் வரை ஊடுருவும் பார்வை. அவள் முகத்தில் எச்சலனமுமின்றி அமைதி நிறைந்திருந்தது. அந்த அமைதியில் அவனுக்கும் கூட சிறு குழப்பம் ஏற்பட்டது. புயலுக்கு முன்னேயும் பின்னேயும் கூட பேரமைதி தானே!

இருவரும் சிறிது நேரம் பேசிக் கொண்டிருந்து விட்டு வினு வாங்கி வந்திருந்த பரிசுப் பொருளை மணமக்களிடம் கொடுத்து விட்டு அவர்களுடன் புகைப்படமொன்று எடுத்துக் கொண்டு வெளியில் வந்தனர்.

"லேட் ஆகிடுச்சு அகில். நான் கிளம்பறேன்".
"என் கூட வர மாட்டியா வினு?"
"உங்களுக்கு இங்க நிறைய வேலை இருக்கும்".
"உன்னை விட முக்கியமானதொன்றும் இல்லையென உனக்குத் தெரியாதா?"
".."
"நானே கொண்டு வந்து விடுகிறேன். இதில் உனக்கேதும் சிரமம் இல்லையே!"
"இல்லை".
"என் முகத்தைப் பார்த்து பேச மாட்டியா வினு?"
"டைம் ஆகிடுச்சு அகில். ஹாஸ்டல்ல ஷக்தி வெயிட் பண்ணிட்டிருப்பா. நான் போகணும்".
"இங்க இன்னொருவனும் கூட உன் பதிலுக்காகக் காத்துக் கொண்டிருப்பது உன் மனதிற்குத் தெரிய வில்லையா வினு?"
".."
தன் கார் கதவை அவளுக்காகத் திறந்து விட்டுத் தானும் அமர்ந்து இருவரும் கிளம்பினார்கள். ஆழ்ந்த மௌனத்திற்குப் பிறகு அவளே பேச ஆரம்பித்தாள்.

"எனக்கு ஏன் துரோகம் பண்ணிட்டீங்க அகில்? என்ன ஏன் ஏமாத்துனீங்க?"
இடம் பொருள் அறியாமல் நடு ரோட்டில் காரை நிறுத்தினான். ஓரிரு நிமிடங்கள் சுதாரித்து போக்கு வரத்து நெரிசலற்ற ஒரு சந்தில் காரை நிறுத்தி தன் நெஞ்சில் ஈட்டி பாய்ந்தவனாய் பின்னால் அமர்ந்திருந்தவளை நோக்கி

"என்ன சொல்ற வினு?"

"உங்களுக்குத் தமிழ் புரியும்னு நம்பறேன்".

"நான் எப்போ வினு உன்ன ஏமாத்துனேன்? அப்படிக் கனவிலும் கூட நான் நினைத்துப் பார்த்ததில்லை".

அவன் இவ்வளவு சீரியஸாக பேசிக் கொண்டிருந்ததைக் கேட்டதும் கட்டுப் படுத்தி வைத்திருந்தவற்றையெல்லாம் மீறி இடைவிடாது சிரிக்கலானாள்.

"ஏன் வினு சிரிக்கற?"

"பின்ன என்ன அகில்? நான் போய் சந்தேகப் படுவேனா? அதுவும் உங்க மேல?"

"என்ன வினு சொல்ற? என்னையும் அந்தப் பொண்ணையும் ஒன்றாகப் பார்த்துத் தானே உனக்கு இவ்வளவு கலக்கம்? அந்தப் பொண்ணு பேர் சாரா. ஷீ ஈஸ் மை காலேஜ் மேட் அண்ட் மை பெஸ்ட் ஃப்ரெண்ட். மூனு வருஷம் முன்னாடி அந்தப் பொண்ணுக்குக் கல்யாணம் ஆச்சு. ஆரம்பத்தில் மிகவும் சந்தோஷமாய்த் தானிருந்தனர். பிறகு கணவனின் நடவடிக்கைகள் பிடிக்காமல் சில காலம் பொறுத்துக் கொண்டிருந்தாள். பிறகு அறவே சகித்துக் கொள்ள முடியாமலும் தாங்கிக் கொள்ள முடியாமலும் அவனை விட்டுத் தனியே வந்து விட்டாள். சாராவின் பெற்றோர் மும்பையிலுள்ளனர். அவர்களிடம் செல்லவும் மனமின்றி இதைச் சொல்லவும் மனமின்றி இங்கே தங்கி ஒரு நிறுவனத்தில் வேலை பார்த்துக் கொண்டிருக்கிறாள்.

பெற்றோரால் இதை ஏற்கவும் முடியாது, தாங்கவும் முடியாது என எண்ணி அவர்களிடம் இன்னும் விஷயத்தைக் கூற வில்லை. கல்லூரியிலேயே வெகு சில நண்பர்களுடன் மட்டும் தான் பழகுவாள். அந்த நட்பு வட்டம் மிகச் சிறியது. தன் மனத்திலிருந்த வலியையும், வேதனையையும் கூறக் கூட யாருமின்றி அவள் தவித்துக் கொண்டிருந்தாள். அச்சமயம் தான் நான் சாராவை எதார்த்தமாக இத்திருமணத்திற்கு அழைத்திருந்தேன். முதலில் அவள் மறுத்தாள். குரலிலேயே சிறு மாற்றம் தென்பட்டது. எப்போதும் துறுதுறுவென இருப்பவள் இப்படிப் பேசக் காரணமென்னவென்றும் குழம்பிப் போனேன். அவள் இந்தத் திருமணத்திற்கு வர மீண்டும் மீண்டும் மறுத்ததிலேயே அவளுக்கு ஏதோ பிரச்சினையென்று புரிந்து கொண்டு விட்டேன். எதுவா இருந்தாலும் 'இங்க வா பாத்துக்கலாம்' என்று மட்டும் கூறி ஃபோனை வைத்து விட்டேன். இங்கு வந்த பிறகு தான் சாரா அனைத்தையும் என்னிடம் கூறினாள். அவள் உடைந்து அழுத போது,

அவளைத் தேற்ற முற்பட்டுக் கொண்டிருந்த போது தான் நீ அங்கு வந்தாய். அதன் பிறகு நடந்தவை உனக்கே தெரியும்".

அவன் கூறி முடிக்கும் வரையிலும் பொறுமையுடன் கேட்டுக் கொண்டிருந்து விட்டு

"ஐ ரியலி ஃபீல் சாரி ஃபார் ஹெர் அகில். ஆனா இதெல்லாம் நீங்க எனக்கு விளக்கிக் கூறியிருக்க வேண்டிய அவசியமே இல்லை".

"என்ன சொல்ற வினு?"

"ஆமா அகில். நான் சும்மா உங்ககிட்ட விளையாடுவதற்காகவே கோபப்பட்ட மாதிரி நடிச்சேன், பேசுனேன். நீங்க எப்படி ரியாக்ட் பண்ணுவீங்கன்னு பாக்க. அதான் அப்படிப் பேசினேன். சாரி அகில். பரவாயில்லை. கோபப் படுவீங்கன்னு நெனச்சேன். பொறுமையா சொன்னீங்க".

"உனக்குக் கோபமோ, சந்தேகமோ வரவில்லையா வினு?"

"எதுக்கு அகில் சந்தேகம்? நூறு சதவீதம் பூரண நம்பிக்கை இருக்குமிடத்தில் சந்தேகத்திற்கோ பயத்திற்கோ இடமில்லை. இத்தனை நாட்களில் நீங்கள் எனக்குக் கொடுத்திருக்கும் நம்பிக்கை அபாரமானது. அந்த நம்பிக்கையை இது போன்ற விஷயங்கள் யாவும் சிதைத்து விட முடியாது".

'இவ்வளவு பக்குவமா இவளிடம்?'

"அன்பை விட ஆழமான புரிதலும், சந்தேகத்திற்கப்பாற்பட்ட நம்பிக்கையுமே காதலின் அஸ்திவாரங்கள்".

என்று எப்போதோ படித்த வரிகள் நினைவுக்கு வர கண்களும் உள்ளமும் கசிந்தான். தான் நினைத்திருந்த எதிர்பார்த்திருந்த ஒவ்வொரு குணமும் நிரம்பி வழியப் பெற்றாள் வினு. இவளை ஒரு போதும் கலங்க வைக்கக் கூடாது, கிடைத்தற்கரிய இந்தப் பொக்கிஷத்தை இழந்து விடக் கூடாதென்று எண்ணிக் கொண்டு மீண்டும் காரை விரைந்து செலுத்தி அவளை விடுதியில் விட்டு விட்டுக் கிளம்பினான்.

மண்டபம் திரும்பும் வரையில் அவளின் செவ்விதழ்களிலிருந்து உதிர்ந்த வார்த்தைகளும் வேல் விழியில் சுடர் விட்ட நம்பிக்கையும் அவன் மனதில் ஒலித்துக் கொண்டிருந்தன. எவ்வளவு அளப்பற்கரிய நம்பிக்கை தான் என்னிடத்தில்! இதை ஒரு போதும் வீணாக்குவதில்லையென உள்ளூர நினைத்துக் கொண்டான்.

தன்னை அவன் விடுதியில் விட்டுச் சென்ற மாலையிலிருந்து இன்னும் இரண்டு நாட்களில் வரப் போகும் அவனது பிறந்த நாளுக்குத் தான் என்ன பரிசு கொடுக்கலாம் என்பதிலேயே மூழ்கியிருந்தாள். கைக் கடிகாரம், ஷர்ட் இப்படி எந்த வழக்கமான பரிசாகவும் இருக்கக்

கூடாதென்றெண்ணி மிகவும் குழம்பி இறுதியில் அவனுக்காக ஒரு பெரிய கிரீட்டிங் கார்ட் வாங்கி அதில் தன் கைப்பட தன் சொந்தக் கவிதை ஒன்றை இரவெல்லாம் கண் விழித்திருந்து எழுதி முடித்தாள். அதை எப்படி அவனிடம் சேர்ப்பதென்றெண்ணியும் தன்னுடன் அவன் கொண்டாடப் போகும் முதல் பிறந்த நாள் என்று நினைத்து அவனை நேரிலேயே சந்தித்து வாழ்த்துக் கூறவும் முடிவெடுத்துத் தன் அலுவலகத்திற்கு லீவ் சொல்லி விட்டு அடுத்த நாள் இரவு பேருந்தில் பெங்களூருக்குப் புறப்பட்டாள். அதற்கு முன் அவனுக்காக வாங்கியிருந்த அந்த கிரீட்டிங் கார்டை மறக்காமல் எடுத்துக் கொண்டாள். பேருந்து ஏறுவதற்கு முன் வழக்கம் போல் பேசி விட்டு குட் நைட் சொல்லி இருவரும் உறங்கச் சென்றனர். அப்போதும் கூட அவள் இரவு பண்ணிரெண்டு மணிக்குத் தனக்கு மறுபடியும் அழைத்துப் பிறந்த நாள் வாழ்த்துக் கூறுவாள் என்று அகிலன் உண்மையிலேயே எதிர்பார்க்கவில்லை.

இரவு பதினோரு மணிக்கெல்லாம் பேருந்து ஏறியிருந்தாலும் ஒரு வினாடி கூட கண் உறங்கிடாது விழித்திருந்து சரியாகப் பண்ணிரெண்டு மணிக்கு அவனைத் திரும்ப அழைத்து

"இனிய பிறந்த நாள் நல்வாழ்த்துக்கள் அகில்" என்று கூற உண்மையிலேயே அந்த ஆச்சர்யத்தில் தன் தூக்கத்திலிருந்து விழித்து உட்கார்ந்தவனின் கண்கள் பனித்தன. அந்த எல்லையில்லா மகிழ்ச்சியில் அவனால் எதுவும் பேச முடியாமல் போகவே இரு நிமிடங்கள் மௌனமாயிருந்து விட்டு

"தேங்க்ஸ் அம்மு, தேங்க் யூ சோ மச். நெஜமாவே நான் எதிர்பார்க்கல அம்மு நீ இந்நேரத்துக்குக் கால் பண்ணுவேன்னு. ரொம்ப சந்தோஷமா இருக்கு. ஃபர்ஸ்ட் விஷ் நீ தான். என் அதிர்ஷ்ட தேவதையிடமிருந்து. இந்த வருஷம் முழுவதும் சந்தோஷமாயிருக்கும் என்பதில் சந்தேகமில்லை".

எதிர்பாராத ஆச்சரியங்கள் எப்பொழுதுமே அளவு கடந்த இன்பத்தை அளிப்பதாகவே அமைகின்றன. அந்த ஆச்சரியங்களை விவரிக்க முயன்று வார்த்தைகளும் தோற்றுத் தான் போகின்றன. இத்தனைத் தூக்கக் கலக்கத்திலும், மகிழ்ச்சியிலும் கூட அவன் ஒரு விஷயத்தைக் கவனிக்கத் தவறாமல் வினுவிடம் கேட்டான்.

"எங்க வினு இருக்க? ரூம்ல தானே? ரொம்ப சத்தமா இருக்கு. வெளில ஏதும் இருக்கியா?"
இவ்வளவு துல்லியமாகக் கண்டுபிடித்து விட்டானே! பதற்றப் பட்டால் மாட்டிக் கொள்வோமே! என மிக நிதானமாக இயல்புக்கு வந்து

"ஹாஸ்டல்ல தான் அகில் இருக்கேன். உள்ள சிக்னல் இல்ல. மாடியில நின்னு பேசிட்டு இருக்கேன். அதான் சத்தமா இருக்கு".

"சரி வினு. இந்நேரத்துல ஏன் தனியா நின்னுட்டு இருக்க? உடனே கீழ போ. நல்லா தூங்கு. குட் நைட் மா".

"சரி அகில் குட் நைட்".

எனத் தான் கூறியதை அகிலன் நம்பி விட்ட நிம்மதியில் கண்ணயர்ந்தாள். அவள் பெங்களூரை அடையும் போது காலை மணி ஆறாகியிருந்தது.

காலையிலேயே வானம் பூஞ்சாரலாகத் தூறிக் கொண்டிருந்ததில் வினு அகிலனின் வீட்டை அடையும் போது முழுதும் நனைந்திருந்தாள். அந்தக் குளிரில் நடுங்கிக் கொண்டே அவள் காலிங் பெல் அழுத்திய சில வினாடிகளில் அவனே வந்து கதவைத் திறந்தான். வார்த்தைகளிலடங்காத திகைப்படைந்து தன் கண்களையும் நம்ப முடியாதவனாய் நடப்பவை யாவும் கனவென்றே தோன்றும் அளவிற்கு குழம்பிப் போய்

"வினு.........................

உள்ள வா வினு".

அவள் நனைந்திருப்பதையும் நடுங்கிக் கொண்டிருப்பதையும் உணர்ந்து அனுவை அழைத்து அவளின் சல்வார் கமீஸ் ஒன்றை எடுத்துத் தரக் கூறி வினுவை அதை மாற்றிக் கொண்டு வருமாறு கூறினான். இதற்குள்ளாக சமையலறையிலிருந்து இவர்களின் சத்தம் கேட்கவே அகிலனின் அன்னை மலர்ச் செல்வியும் வந்து பார்த்து விட்டு அவனைப் போலவே திகைப்புற்றார்.

"என்னம்மா வினு இது? சொல்லாம கொள்ளாம வந்திருக்க? அதுவும் காலையில இவ்ளோ சீக்கிரமா? சரி அதெல்லாம் பிறகு பேசிக் கொள்ளலாம். நீ முதலில் டிரஸ் மாத்திட்டு வா".

"சரிங்க அத்தை".

"டேய் அகிலா. என்னடா இது? திடுதிப்புனு வந்திருக்கா இந்தப் பொண்ணு? ஏதேனும் முக்கியமான விஷயமா? இல்ல ஏதாவது பிரச்சினையா?"

"அதெல்லாம் ஒன்றுமில்லை மா. எனக்கும் கொஞ்சம் குழப்பமா தான் இருக்கு. வினு வரட்டும் அவகிட்டயே கேக்கலாம்".

உடையை மாற்றிக் கொண்டு வந்தவளிடம் அவசரம் பொறுக்க முடியாதவனாய்

"என்ன வினு இது? இவ்ளோ சீக்கிரமா அதுவும் இப்படி மழையில் நனைஞ்சு நடுங்கிட்டு வந்து நிக்கற? அதனால தான் நான் நேத்து

நைட்டே கேட்டேன் எங்க இருக்கன்னு? ஏதோ சொல்லி சமாளிச்சுட்ட. எதுக்கு இப்படி செஞ்ச வினு?"

அவள் எதற்கும் மறுமொழி கூறாமல் தன் பையிலிருந்த அவனுக்காக வாங்கிய அந்தக் கார்டை எடுத்து அவனிடம் நீட்டினாள்.

"என்னது இது? எதுவா தான் இருக்கட்டுமே! அதுக்குன்னு இப்படி நனஞ்சுட்டு வரணுமா என்ன?"

"நனைஞ்சுட்டேன் நனைஞ்சுட்டேன்னே சொல்லிட்டு இருக்கீங்க. நான் பஸ் ஏறும் போதெல்லாம் மழையே இல்லை. இங்க தான் காலையிலேயே அதுவும் தூரல் தான் அகில்?"

"இதெல்லாம் நல்லா பேசு வினு".
அந்த கிரீட்டிங் கார்டை அவளிடமிருந்து வாங்கிக் கொண்டு அதைப் பிரித்துக் கூடப் பார்க்காமல் அவளை நோக்கி

"உன் பரிசை நான் அலட்சியப் படுத்த வில்லை உன் அன்பையும் உதாசீனப் படுத்த வில்லை. ஆனா இதுக்காக நீ இவ்ளோ தூரம் வந்தது தான் என்னால ஏத்துக்க முடியல. அதுவும் நைட் ஃபுல்லா தனியா டிராவல் பண்ணி. இதக் குடுத்து தான் ஐ மீன் இந்த மாதிரி பரிசு ஏதாவது குடுத்துத் தான் பாசத்தை நிரூபிக்கணுமா வினு?"

என்ன பேசுவதென்று தவித்துக் கொண்டிருந்தவளுக்கு ஆறுதலாகவும் துணையாகவும் அனு தான்,

"அண்ணா அண்ணி உனக்காகத் தானே இதைப் பண்ணியிருக்காங்க எதுக்கு அவங்களத் திட்டற?"

"அனு நீயும் வினுவுக்கு சப்போர்ட் பண்ணாத. இதென்ன பத்து நிமிஷம் ஷேர் ஆட்டோ ஏறுனா வந்து எறங்குறதுக்கு? நைட் டைம் அதுவும் தனியா கொஞ்சம் கூடப் பாதுகாப்பு இல்லைங்கறது தான் என் வருத்தம். இதை மற்றொரு முறை சந்திக்கும் போது கூட கொடுத்திருக்கலாமே!"

"சரிடா அந்தப் பொண்ணு தான் வந்துருச்சு எதுவும் சொல்லாத திட்டாத" என்று கூறி விட்டுத் தன் கல்லூரிக்குக் கிளம்பினார் மலர்ச் செல்வி. அனுவும் கல்லூரிக்குக் கிளம்பி விடவே சிறிது நேரத்திலேயே,

"சரி அகில் நானும் கிளம்பறேன்" என்றாள்.
"கோபமா வினு? அல்லது வருத்தமா?"
"எதுக்கு அகில்?"
"திட்டிட்டேன்னு".
"நீங்களா? திட்டுனீங்களா? எப்போ? யாரத் திட்டுனீங்க?" என்றாள் குறும்பாக.
"நான் சீரியஸாக் கேக்கறேன் வினு".

"நானும் சீரியஸா தான் சொல்றேன் அகில். எந்த வருத்தமோ கோபமோ எனக்கில்லை".

"சரி வினு. அப்புறம் ஏன் சோகமா இருக்க?"

"இதெல்லாம் இன்னும் எத்தனை நாளைக்கு அகில்? நாம இப்படிப் பாக்கறது பேசறது எல்லாமே மாறணும்னு நான் ஆசைப்படறேன். அடுத்த வருடமாவது உங்க கூட ஒண்ணா உங்க பக்கத்துல இருந்து உங்களுக்கு விஷ் பண்ணனும்னு ஆசைப்படுறேன்".

"நீ என்ன நெனைக்கற உன் ஆசை என்ன எல்லாமே நல்லா புரியுது வினு. இன்னும் கொஞ்ச நாள் பொறுத்துக்க. எல்லாத்தையும் நான் பாத்துக்கறேன். நீ இப்படிலாம் வருத்தப் படுவன்னு தெரிஞ்சு தான், வருத்தப் படக் கூடாதுன்னு நெனச்சு தான் நீ காலேஜ் முடிச்ச உடனே உங்க அப்பா அம்மாட்ட இதைப் பத்தி பேசலாம்னு சொன்னேன். இப்போவும் எதுவும் தப்பாகி விடவில்லை வினு. நான் இருக்கேன். என் மேல நம்பிக்கை இல்லையா வினு?"

"நம்பிக்கையில்லாம தான் இன்னைக்கு இவ்ளோ தூரம் வந்து இருக்கேனா அகில்?"

"ஒரு கேள்வி கேட்டால் இன்னொரு கேள்வியையே பதிலாகத் தர உன்னால் மட்டும் தான் முடியும் வினு".

"ஜீனியஸ்லாம் அப்படி தான் இருப்பாங்க அகில். சரி நான் கிளம்பறேன். சந்தோஷமா என்ஜாய் பண்ணுங்க. நீங்க ஆசைப்படறது எல்லாமே நடக்கும்".

"நான் ஆசைப்படுவதெல்லாம் ஒரே ஒரு விஷயத்திற்காகத் தான் வினு. அதுவும் உனக்குத் தெரிந்ததே! வாழ்க்கையில் இதற்கு முன்னும் எந்த விஷயத்திற்கும் ஆசைப்பட்டதில்லை, இனிமேலும் ஆசைப்படப் போவதுமில்லை".

....

"சரி வா வினு, உன்ன பஸ் ஏத்தி விட்டுடறேன்".

வீட்டைப் பூட்டி விட்டு இருவரும் வெளியில் வந்து நடக்கத் தொடங்கினர். மழை ஓரளவு நின்றிருந்தது. மரங்களிலிருந்து சொட்டிக் கொண்டிருந்த நீர்த் துளிகளும், அந்த சில்லென்ற காற்றும், கதிரவன் கலைத்து விடாத மேகங்களும், அவர்களிடையான மௌனமும் அவர்களின் ஐந்து நிமிடப் பயணத்தை நிறைவுள்ளதாக ஆக்கின. அவளைப் பேருந்தில் ஏற்றி விட்டு விட்டு வந்து முதல் வேலையாக அந்த கார்டை எடுத்துத் திறந்து பார்த்தான். அதில் அவளின் கையெழுத்தும், வரிகளும், வார்த்தைகளும் அவனை மேலும்

கண்ணாடி காலங்கள்

ஆச்சர்யத்திற்குள்ளாக்கின.   அவள்   தனக்காக   எழுதியிருந்த
கவிதையைப் படிக்க ஆரம்பித்தான்.

"கனவிலும் கண்ணீர் துடைக்க வருபவன்
        என் கண்ணாளன்!
இதயத்தைத் தொலைத்து சுவாசிக்க
        முடியாமல் தவிக்கிறேன்.
அவனருகில் நின்ற நொடி
        ஆயுள் முழுதும் என் நினைவில் தவழும்

மாலை நேரம் மனதின் ஓரம்
        சிறு ஏக்கம் அவனைக் காண.
உறக்கத்திலும் என் நினைவுகள்
        அவனை நீந்திய படியே!
பல நேரம் என் இமைகளை ஈரமாக்கும்
        அவன் நினைவுகள்
சில நேரம் என்னை மகிழ்ச்சியில் ஆழ்த்தும்
        அவன் வருகைகள்
கொன்று விட்டால் கூட ஒரு நொடி தான்
        பிரிந்திருப்பதால் ஒவ்வொரு நொடியும் மரணம் தான்.
தனிமையின் கொடுமையைத்
        தவணை முறையில் அனுபவிக்கிறேன்.
தனிமையிலும் இனிமை
        தலைவனின் கனவுகளில் மூழ்கும் போது.
காற்றோடும் பேசுகிறேன்
        காதலன் நினைவால்.
வெள்ளைத் தாளிலும் என்னவனின் முகம்
        என் எண்ண வர்ணங்களில்
பூஞ்சோலையில் மட்டுமே ரசித்த பூக்களை
        அவன் புன்னகையிலும் அன்று தான் கண்டேன்.
அவனுடன் பழகிய நாட்கள் அத்தனையும்
        அழகிய நாட்கள்.
அடிமையாவதிலும் சுகம்
        அன்புக்குரியவனுக்கு.
இரவுப் பொழுதின் இனிய தனிமையில்
        அவனுடன் நான்......
நிலவின் நிழலின் மடியில் இருவரும்
        மணிப் பொழுதும் கரைகிறது நிமிடமாக
காலங்கள் முழுதும் கள்வனின் அன்பில்

வாழ்ந்திடத் துடிக்கிறேன்.
மரணம் மலரும் நேரம் கூட
மன்னவன் மார்பில் சாய ஏங்குவேன்.
என் உணர்வுகளின் உரிமையாளன்
என் உயிரின் உணர்வாளன்.
சாலையில் செல்லும் முகங்களெல்லாம்
அவன் முகமாய் மாறியதுண்டு
அந்த இனிய பொழுதுகளில்
எழுதுகோலின் முனைகளும்
என் இனியவன் பெயரையே எழுதச் சொல்கின்றன.
தொலைபேசியிலேயே நகர்ந்த நாட்களை
நினைக்கும் போதே நெஞ்சை நனைக்கிறது
சாலையும் சோலை தான்
அவன் கை கோர்த்து செல்லும் போது
இரு மனங்கள் கை கோர்க்கும் போது
திருமணங்கள் தேவையின்றிப் போகின்றன
தொடரும் சந்திப்புகள் விரியும் எல்லைகள்
இனியும் தேவைதானா பிரிவு?

என முடிந்திருந்த அந்தக் கவிதையை வாசித்து முடித்த போது ஆனந்தத்தில் கண்கள் கசிந்து நெஞ்சம் நிறைந்தான். அவளது ஒவ்வொரு வரியிலும் கற்பனையிலும் இருந்த அன்பின் ஆழத்தை அவன் அறிய முயன்று இறுதியில் தோற்றுத் தான் போனான்.

'இதைப் புரிந்து கொள்ளாமல் இந்த ஒரு கார்டுக்காகத் தான் வந்தியா? என அவளிடம் கோபப்பட்டு விட்டோமே!' என்று கூட ஒரு நிமிடம் வருந்தினான். அன்று மாலை அலுவலகம் முடிந்து வீட்டிற்கு வந்த பின்பும் கூட அதைக் குறைந்தது முப்பது முறையேனும் படித்திருப்பான். மனதிற்கு மிகப் பிடித்தமான வரிகளை ஆயிரம் முறை படித்தாலும் முதல் முறை படிப்பது போன்ற தித்திப்பை ஆயுள் முழுதும் அளிக்கும் சக்தி வாய்ந்தவை. ஒவ்வொரு முறை படிக்கும் போதும் அவை புதுப்புது அர்த்தங்கள் தருவதாகவும் அவளது அன்பின் ஆழத்தை அதிகப் படுத்துவதாகவும் இருந்தன. மணித் துளிகள் நொடிகளாய் விரைவது மறந்தும் மனம் அதிலேயே லயித்தவனாய் அவளை அழைத்தான்.

"ஹலோ! தேங்க் யூ சோ மச் வினு.
"ஹாய் அகில். என்ன சாருக்கு இதைப் படிச்சு முடிக்க ஈவினிங் ஆயிடுச்சா?"
"ஆமா வினு இருபத்தி ஐந்து முறை படிக்க".

"வாவ்! என்ன சொல்றீங்க?"

"ஆமா வினு, ஐ ஜஸ்ட் லவ் இட். வேறு எந்தப் பரிசும் என்னை இவ்வளவு சந்தோஷப் படுத்தியிருக்க முடியாது. ஒரு ஒரு வார்த்தையையும் மிகவும் ரசித்தேன். உண்மையிலேயே அதிலிருந்து என்னால் வெளியே வர முடியவில்லை".

"ரொம்ப சந்தோஷம் அகில்".

"சந்தோஷம் ....அவ்ளோ தானா வினு?"

"அதான் எல்லாத்தையும் அந்தக் கவிதையிலேயே தெளிவா சொல்லிட்டேனே!"

"உண்மை வினு. அப்படி ஒரு வாழ்க்கையை உனக்குத் தர காத்துக் கொண்டிருக்கிறேன்".

"எதிர்பார்த்துக் கொண்டிருக்கிறேன் அகில். ஓகே அகில் நல்லா என்ஜாய் பண்ணுங்க. நாளைக்குப் பேசலாம்".

"சரி அம்மு".

வினு வேலையில் சேர்ந்து கிட்டத்தட்ட மூன்று மாதங்கள் கழிந்த பிறகு ஒரு நாள் வியாழக் கிழமையன்று காலை அவள் எண்ணிலிருந்து அவனுக்கு அழைப்பு வந்தது. வழக்கம் போல் உற்சாகத்துடன் அழைப்பை ஏற்று 'ஹலோ வினு' என்றவன் எதிர் முனையிலிருந்த பதற்றத்தையும் பரபரப்பையும் கேட்டு கலவரமடைந்தான்.

"யார் பேசறீங்க?"

"ஹலோ அகிலனா? நான் ஷக்தி பேசறேன்".

"சொல்லுங்க ஷக்தி வினு எங்க?"

"அதுக்காகத் தான் அத சொல்றதுக்காகத் தான் அகிலன் கால் பண்ணேன்".

"சரி சொல்லுங்க, ஏன் இவ்வளவு பதற்றம்? பதட்டப் படாம சொல்லுங்க?"

"நீங்க உடனே கிளம்பி சென்னை வர முடியுமா?" என்று தயங்கித் தயங்கிக் கேட்டவளிடம்

"என்ன ஆச்சு ஷக்தி? வினு எங்க?" என்று எதையும் யூகிக்க முடியாதவனாய், சற்றே தடுமாறியவனாய் வினவினான்.

"வினு....... அவளை ஹாஸ்பிட்டல்ல அட்மிட் பண்ணியிருக்கோம்".

"வாட்? ஹாஸ்பிட்டலா? என்ன சொல்றீங்க?"

"வினுவிற்கு டைஃபாய்ட். நேற்று காலைல அட்மிட் பண்ணோம். உங்களால கொஞ்சம் வர முடியுமா அகிலன் ப்ளீஸ்?"

"சரி" என்று அழைப்பைத் துண்டித்தவன் செய்வதறியாது நிலை குலைந்தான். உடனடியாக அலுவலகத்தில் தன் நண்பர்களிடம் கூறி

விட்டு எந்த வித ஏற்பாடுமின்றி வீட்டிற்கும் தகவலேதும் தெரிவிக்காமல் சென்னைக்கு விரைந்தான். முன்னேற்பாடுகள் ஏதும் இல்லாததால் பேருந்தில் ஏறக் குறைய மூன்று மணி நேரம் நின்று கொண்டே பயணப்பட வேண்டியிருந்தது. அதைக் கூடவும் அகிலன் பொருட்படுத்த வில்லை.

'இறைவா என் வினுவிற்கு எந்தத் துன்பமும் வராமல் பார்த்துக் கொள். அதற்குப் பதிலாக எந்தக் கஷ்டமாக இருந்தாலும் அதை எனக்குக் கொடுத்து விடு. முழு மனதுடன் நான் ஏற்றுக் கொள்கிறேன். அவளை மட்டும் சோதித்து விடாதே! அவளை முழுமையாகக் குணமடையச் செய்து விடு. உன்னை மட்டும் தான் மலை போல் நம்பியிருக்கிறேன்' என வழி நெடுக பிரார்த்தித்துக் கொண்டே சென்றான்.

நேற்றிரவு கூட அவள் ஏன் இதைப் பற்றி ஒரு வார்த்தை கூற வில்லை என அவன் குழப்பமும் அதிகரித்தது. நீண்டதொரு பயணத்திற்குப் பின் சென்னை கோயம்பேடு பேருந்து நிலையத்தை அடைந்து திரும்பப் பேருந்திற்குக் காத்துக் கொண்டு நேரம் தாழ்த்தாமல் ஷக்தி குறிப்பிட்டிருந்த மருத்துவ மனையையும், முகவரியையும் மனதில் வைத்துக் கொண்டு சுட்டெரிக்கும் வெயிலையும் பொருட்படுத்தாது நடக்கத் தொடங்கினான். சுமாராக இருபது நிமிடங்கள் நடந்தும் ஓடியும் ஒரு வழியாக மருத்துவ மனையைக் கண்டு பிடிக்க மதியத்திற்கு மேலாகியிருந்தது.

மருத்துவ மனையை அடைந்ததும் ரிசப்ஷனில் கேட்டு விவரம் தெரிந்து கொண்டான். இரண்டாம் மாடியில் அவள் அனுமதிக்கப் பட்டிருந்த அறை எண்ணைக் கண்டுபிடித்து அங்கு சென்ற போது ஷக்தி தான் அவள் அறைக்கு வெளியில் நின்று கொண்டிருந்தாள்.

"நான் அகிலன், நீங்கதான் ஷக்தியா?" குரலிலும் முகத்திலும் பதற்றம் குறையாமல் இருந்தது.
"எஸ் அகிலன்".
அவன் ஓடி வந்த வேகத்தையும் அவனது கலைந்த கோலத்தையும் பார்த்த போது அவன் மேல் பரிதாப் படுவதைக் காட்டிலும் உள்ளூர அளவற்ற ஆனந்தமும், மகிழ்ச்சியும் கொண்டாள் ஷக்தி.

'உண்மையில் வினு கொடுத்து வைத்தவள் தான். மற்றொருவனாக இருந்திருந்தால் இவ்வளவு விரைவாகவும் பதறியடித்துக் கொண்டும் நிச்சயம் வந்திருக்க மாட்டான். ஹீ ஈஸ் ரியலி

கிரேட். வினுவிற்காவது மகிழ்ச்சியான அவள் எதிர்பார்க்குமாறு வாழ்க்கை அமையட்டும்' என இறைவனிடம் வேண்டிக் கொண்டாள். உண்மைக் காதலும் ஊரில் ஆங்காங்கே இருக்கத் தான் செய்கிறது என உணர்ந்தாள்.

"வினுவிற்கு என்ன ஆச்சு? டாக்டர் என்ன சொன்னாங்க?"

"நத்திங் சீரியஸ் அகிலன். ட்ரிப்ஸ் போட்டு இருக்காங்க. ரெஸ்ட் எடுத்துட்டு இருக்கா. நீங்க போய் பாருங்க".

"தேங்க் யூ சோ மச் ஷக்தி".

"நோ மென்ஷன் அகிலன். நன்றி சொல்லி வேறுபடுத்த வேண்டாம்".

கதவைத் திறந்து உள்ளே நுழைந்தவன் உடைந்தே போனான். இருப்பினும் முகத்தில் எந்த மாறுதலையும் காட்டாதவனாய்

"சாப்டயா வினு? இப்போ எப்படி இருக்கு?"

"பெட்டர் அகில். சாரி அகில் ரொம்ப தொந்தரவு பண்ணிட்டேன். எனக்கே நல்லாப் புரியுது. ஐ திங்க் யூ ஆர் எக்ஸ்சாஸ்டட். உங்களப் பார்க்கும் போதே தெரியுது. சாப்டீங்களா?"

இந்த நிலையிலும் என்னைப் பற்றி கவலை கொள்கிறாள். இவளை என்னென்று சொல்வது? என்ன தவம் செய்தேன் இவளை வரமாகப் பெற்றிட? சாப்பிட்டேன் என்று பொய் கூறவும் மனமின்றி இல்லை என்று உண்மை கூறவும் மனமின்றி அமைதியாய் நின்றான்.

"சாரி அகில் அப்பா ஆஃபிஸ் விஷயமா டெல்லி போயிருக்கார். அம்மா தாத்தாவுக்கு திதி கொடுக்கப் பாட்டி ஊருக்குப் போய் இருக்காங்க. எனக்கு என்ன பண்றதுன்னும் தெரியல. யாருக்கு ஃபோன் பண்றதுன்னும் புரியல. அதனால தான் ஷக்திய உங்களுக்குக் கால் பண்ணி வர சொன்னேன். சாரி அகில்".

"நீ இவ்ளோ வருத்தப்பாடவோ, சாரி கேட்கவோ இதுல ஒண்ணுமே இல்லை வினு. இன்ஃபேக்ட் நீ என்கிட்ட இவ்ளோ உரிமை எடுத்து இருக்கன்னு நினைக்கும் போது எனக்கு ரொம்ப சந்தோஷம் தான். ஒரே ஒரு வருத்தம் மட்டும் தான். ஷக்தி நேத்து காலையில இருந்தே உனக்கு ஃபீவர். நேத்தே அட்மிட் பண்ணிட்டோம்னு சொன்னாங்க. நீ ஏன் வினு அப்போவே எனக்குக் கால் பண்ணல? இல்லை ஷக்திய கால் பண்ண சொல்லல? சரி அதெல்லாம் இப்போ எதுக்கு? உனக்கு சீக்கிரமா குணமாகிட்டா அது போதும்".

பிறகு ஷக்தி வெளியில் தனியாகக் காத்துக் கொண்டிருப்பதை உணர்ந்து அவளையும் உள்ளே அழைத்தான். மூவரும் சிறிது நேரம் பேசிக் கொண்டிருந்து விட்டு மாலை மங்கி இருள் பரவத் தொடங்கும் முன் அகிலன் ஷக்தியை அங்கிருந்து கிளம்ப சொன்னான். அவளும் வெகு நேரமாகியிருப்பதை உணர்ந்து இருவரிடமும் விடை பெற்றுக் கிளம்பினாள்.

மிகவும் களைத்திருந்த அவள் முகத்தைப் பார்த்து விட்டு சிறிது நேரமேனும் அவளைத் தூங்க வைக்க கர்ம சிரத்தையுடன் பல முயற்சிகள் மேற்கொண்டு அவளைத் தூங்க வைத்தான். தானும் உள்ளிருப்பது சரியாக இருக்காதென்றெண்ணி வெளியில் வந்து அமர்ந்த போதுதான் வீட்டில் யாரிடமும் சொல்ல வில்லை என்ற உண்மை சுட்டெரிக்க தன் அம்மாவிற்கு அழைக்க ஃபோனை எடுக்கும் போது தான் பார்த்தான் அதிலிருந்த தன் அம்மாவிடமிருந்து வந்த மூன்று மிஸ்ட் கால்களை.

மலர்ச் செல்வி அப்படி விடாமல் தொடர்ந்து அழைக்கக் கூடியவரும் அல்ல. அப்படி இருக்கும் போது அவரிடமிருந்து வந்த அழைப்புகளைப் பார்த்த போது தான் தன் தவறை உணர்ந்தான். உடனே மலர்ச் செல்விக்கு அழைத்தான்.

"ஹலோ சொல்லு அகிலா…. ஆஃபிஸ்ல நிறைய வேலையா? சாப்ட்யா?" என அவர் வழக்கமாகக் கேட்கும் சரம் தொடுத்த கேள்விகள் கேட்கும் முன் அவனே பேச ஆரம்பித்தான்.
"ஹலோ அம்மா……… சாரிமா………
…………………………………
…………………………………
…………………………………" என நடந்தவற்றைக் கூறினான்.
"அதுக்கு ஏன் அகிலா சொல்லாம கிளம்புன? ஒரு வார்த்தை எங்க யாருக்காவது ஃபோன் பண்ணி சொல்லிட்டுப் போயிருக்கலாம்ல? எந்த சூழ்நிலையிலும் நிதானமாகவும், தீர்க்கமாகவும் யோசிப்பயே அகிலா! என்ன ஆச்சு உனக்கு?"
"சாரிமா என்ன பண்றதுன்னே தெரியல. அதான் கிளம்பி வந்துட்டேன்".
"என்ன பண்றதுன்னு தெரியலையா?" எந்த சூழ்நிலையிலும் அசராதவன் எதையும் மிக்க தைரியத்துடனும் மனப்பக்குவத்துடனும் கையாளும் தன் மகனிடமிருந்து இந்த வார்த்தையை இருபத்தி ஐந்து ஆண்டுகளில் முதல் முறையாகக் கேட்ட மலர்ச் செல்வி சற்றே திகைத்தார்.

"சரி அகிலா, வினுவிற்கு எப்படி இருக்கிறது?"

"பரவாயில்லை மா நான் நாளை மதியம் வந்து விடுகிறேன்" என ஃபோனை அணைத்து விட்டான். அறைக்கு வெளியில் போடப் பட்டிருந்த நாற்காலிகள் ஒன்றில் அமர்ந்த வண்ணம் வேலை அலுப்பின் மிகுதியாலும் பேருந்தில் நின்று கொண்டே வந்த பயணக் களைப்பின் மிகுதியாலும் தூங்கி விட்டான்.

வெகுநேரமான பின்பு இரவு சுமார் ஒரு மணியளவில் அவள் அழைக்கும் சத்தமும் ஏதோ முணுமுணுமுக்கும் சத்தமும் கேட்டுக் கண் விழித்து உள்ளே சென்று அவளருகில் அமர்ந்து சிறிது நேரம் பார்த்தான். அவள் நெற்றியில் கை வைத்துப் பார்த்த போது தான் காய்ச்சலின் மிகுதியால் துடித்துக் கொண்டிருக்கிறாள் எனப் புரிந்து செவிலியர் ஒருவரை அழைத்து வந்து பார்க்கச் சொன்னான். அவரும் வந்து பார்த்து விட்டு ட்ரிப்ஸ் இறக்கி விட்டு தூங்குவதற்கு சில மாத்திரைகள் கொடுத்து விட்டுச் சென்றார்.

அவளும் அந்த அசதியில் சற்று நேரத்திற்கெல்லாம் உறங்கி விடவே அவளருகில் நாற்காலியில் அமர்ந்திருந்தவன் வெளியே செல்ல எழுந்திருக்க முற்படும் போது தான் உணர்ந்தான் அவள் கைகளுக்குள் தன் கைகளை வைத்த படியே உறங்கிக் கொண்டிருக்கிறாள் என்று. அவள் துயில் கலைக்க விரும்பாதவனாய் கிட்டத்தட்ட நள்ளிரவு முடியும் வரை அதே இடத்தில் சிறிதும் அசையாமல் அமர்ந்து கொண்டிருந்தான். வெகு நேரம் கழித்து அவள் கைகளை சிறிது விலக்கியதும் உடனே எழுந்து வந்து மீண்டும் வெளியில் அமர்ந்து கொண்டான்.

விடியும் வரை கிட்டத்தட்ட விடிந்த பின்பும் அதே நிலையில் உட்கார்ந்து உறங்கிக் கொண்டிருந்தவனை அப்போது மீண்டும் காலையில் அங்கு வந்த ஷக்தி ஆச்சர்யத்துடன் நோக்கினாள்.

'இரவு முழுதும் இவன் இங்கேயே தான் அமர்ந்திருந்திருப்பான் போல! எ ரியல் ஜென்டில் மேன்' என உள்ளூர அவனைப் பாராட்டியபடி அவனை எழுப்ப மனமில்லாமல் அவனருகில் வந்து சிறிது நேரம் அமர்ந்து கொண்டாள். ஏறக் குறைய பத்து நிமிடங்கள் கழித்து விழித்துப் பார்த்தவன் அவள் அருகில் இருப்பதை உணர்ந்து

"வாங்க ஷக்தி, எப்போ வந்தீங்க? என்ன எழுப்பியிருக்கலாமே! ரொம்ப நேரமாச்சா வந்து?"

"அதெல்லாம் ஒன்றுமில்லை. பத்து நிமிடங்களுக்கு முன்னர் தான் வந்தேன். விழிகளும் முகமும் சிவந்திருப்பதைப் பார்த்தாலே தெரிகிறது இரவெல்லாம் தூங்க வில்லையென. அசந்து தூங்கிட்டு இருந்தீங்க அதான் எழுப்பல".

"பரவால ஷக்தி. இதுல என்ன இருக்கு? உங்களுக்கு ஒன்னும் ப்ராப்ளம் இல்லையே! நேத்தும் இங்க தான் இருந்தீங்க. இன்னைக்கும் காலைல இவ்ளோ சீக்கிரமா வந்துட்டீங்க?"

"கமான் அகிலன். வீ ஹேவ் பீன் ஃப்ரென்ட்ஸ் சின்ஸ் அவர் காலேஜ் டேஸ். ஷீ ஈஸ் க்ளோஸ் டூ மை ஹார்ட். சோ எனக்கு எந்தப் பிரச்சனையும் இல்லை. அதுவுமில்லாம நீங்க என்ன விட ரொம்ப நல்லாப் பாத்துட்டாலும் கண்டிப்பா ஒரு பொண்ணு கூட இருக்கணும். அதான் ஆஃபிஸ்க்கு லீவ் சொல்லிட்டு வந்துட்டேன். வேலை கெடக்குது. அத அப்புறம் பாத்துக்கலாம்".

"வினு சொன்னது நூறு சதவீதம் கலப்படமில்லாத மிகைப் படுத்தப்படாத உண்மை".

"புரியல".

"ஒரு முறை உங்களைப் பற்றி பேசிக் கொண்டிருக்கும் போது ஷக்தி ஈஸ் ரியலி எ ஸ்வீட் ஹார்ட்னு சொன்னா".

"அட அதெல்லாம் எதுவுமில்லை அகிலன். உண்மையில் அந்த மெல்லிய மனதும், இரக்க குணமும், அடுத்தவர்க்கு எப்படியாவது உதவ வேண்டும் என்ற எண்ணமும், நம்ம கஷ்டப் பட்டாலும் பரவால அடுத்தவங்க கஷ்டப் படக் கூடாது சந்தோஷமா இருக்கணும்னு நெனைக்கற இதயமும் கொண்ட வினு தான் ஸ்வீட் ஹார்ட்".

"அம்மா தாயே! ரெண்டு பேரும் ரெண்டு பேரையும் மாறி மாறிப் புகழ்ந்தது போதும், சென்னை மெரீனா பீச்ல ரெண்டு பேருக்கும் நட்பின் இலக்கணம்னு சிலை வச்சிடலாம் போங்க. அதெல்லாம் சரிதான் டாக்டர் என்ன சொன்னார் ஷக்தி?"

"இன்னைக்கு ஈவினிங் டிஸ்சார்ஜ் பண்ணிடலாம்னு சொன்னாங்க அகிலன்".

"தேங் காட். அப்போ வினு எழுந்திரிச்சு இருந்தா நான் அவளப் பார்த்து அவளிடம் சொல்லிட்டுக் கிளம்பறேன்".
உள்ளே சென்று அவள் விழித்திருப்பதைக் கண்டவுடன் அவளிடம் விவரத்தைக் கூறினான். அவள் கையைத் தன் கைகளுக்குள் பற்றி,
"உடம்பப் பாத்துக்கோ வினு, கரெக்ட் டைம்க்கு மாத்திரைலாம் எடுத்துக்கோ மறந்துடாத. இப்போ மாதிரி தயக்கம்லாம் வேணாம்.

என்கிட்ட தயங்க என்ன இருக்கு? எதுன்னாலும் ஒரு கால் பண்ணு. உடனே வந்துடறேன். டேக் கேர் அம்மு".

சூழ்நிலையைப் புரிந்து கொண்ட இதயம் அவனை வழியனுப்ப முற்பட அவள் உடல் நிலையைப் புரிந்து கொண்ட மனம் அவனைத் தன்னுடன் இருக்க வைக்க, அவன் அருகாமையை விரும்ப ஒரிரு கணங்கள் மௌனமாயிருந்து விட்டு

"சரி அகில்" என்றாள்.

"எனக்குப் புரியுது வினு. நான் உன் கூட இருக்கணும்னு எவ்ளோ தவிக்கறன்னு புரியுது. ஆனா இந்த சூழ்நிலைல கொஞ்சம் கஷ்டம். வருத்தம் வேண்டாம் அம்மு".

"அதெல்லாம் ஏதும் இல்லை அகில். எனக்கு நல்லாப் புரியுது. நீங்க கிளம்புங்க".

"அதெப்படி வினு? டைஃபாய்டு வந்தா பொய் சொல்ற வியாதியும் கூடவே வந்துடுமோ? இது ஒரு புது விதமான வியாதியா இருக்கே!" எனக் கூறி வாடியிருந்த அவள் முகத்தை சிரிப்பில் ஆழ்த்தினான்.

"எப்போதிலிருந்து வினு அழகா பொய் சொல்ல ஆரம்பிச்ச? ஆனா என்கிட்ட இதெல்லாம் வேலைக்காகாதுன்னு உனக்குத் தெரியாதா வினு? சொற்களின் பொய் விழிகளின் உண்மையில் காணாமல் போய்விடும் வினு".

"உண்மை தான் அகில். நீங்க என்ஜினியரிங்க்கு பதிலா பி. ஏ.பி.எல் படிச்சு இருக்கலாம்".

"......................"

"நிலைமை புரியுது அகில். நேத்துல இருந்து நீங்க சாப்பிடல, தூங்கல. ரொம்ப சிரமப் பட்டுட்டீங்க. முதலில் ஊருக்குக் கிளம்புங்கள். உங்கள் சிரமங்களைப் புரிந்து கொள்ளாமல் என்னுடனே உங்களை இருக்க வைக்கும் அளவு சுயநலம் எனக்கில்லை அகில்".

"என்னிடம் உனக்கு அந்த சுயநலம் இருக்கலாம் வினு" என்று கூறி விட்டு அவள் பூங்கைகளிலிருந்து தன் கைகளை விடுவித்துக் கொண்டு வெளியில் வந்து ஷக்தியிடம் அவள் உதவிக்கு நன்றி கூறி கண்களால் தன் நன்றியுணர்வை வெளிப்படுத்தினான்.

பிறகு அவளிடம் ஹாஸ்பிட்டல் பில்லிற்காகப் பத்தாயிரம் ரூபாயைக் கொடுத்தான். அவள் அறவே அதை மறுக்கவும் அவன் மீண்டும் மீண்டும் வற்புறுத்தினான். "என் மனைவிக்கு நான் தானே கொடுக்க வேண்டும். இதைப் பிடிங்க ஷக்தி" என்று கூறவும் அதைக் கேட்ட உடன் மீண்டும் மறுக்காமல் வாங்கிக் கொண்டாள். ஷக்தி தன் மனத்திற்குள் 'இப்படிப்பட்ட ஆண்களுக்கு நடுவில் இப்படியும் ஒரு ஆண்

மகனா? சேற்றில் மலர்ந்த செந்தாமரை' என நினைத்துக் கொண்டாள். பிறகு அவளிடமும் விடை பெற்றுக் கொண்டு கிளம்பினான்.

அன்றிரவு மருத்துவ மனையிலிருந்து டிஸ்சார்ஜ் ஆகி விடுதிக்கு வந்த பின்னர் ஷக்தி கடந்த இரு நாட்களும் நடந்த அனைத்தையும் ஒன்று விடாமல் தன் தோழியிடம் ஒப்பித்தாள். நடந்தவற்றை அச்சுப் பிசகாமல் ஒப்பிப்பதில் அவள் தன் தோழியையும் மிஞ்சி விடுவாள் போல. பார்ப்பவர்களுக்கு ஒப்பிப்பதில் இருவரும் பட்டம் பெற்றிருக்க வேண்டும் என்றே தோன்றுமளவிற்கு இருவரின் பேச்சுக்களும் இருக்கும்.

தன்னை அவன் மனைவி என அவன் கூறியதற்கு ஷக்தி கூறி வினு கேட்ட போது அவள் அடைந்த ஆனந்தத்திற்கு அளவில்லை. மறுபுறமோ தான் அதைக் கேட்க முடிய வில்லையே என்ற ஆதங்கமும் சிறிது இருக்கத்தான் செய்தது. அன்றிரவு அழைத்த போது

"என்ன வினு ரெண்டு பேரும் பத்திரமா ஹாஸ்டலுக்கு வந்துட்டீங்களா? இப்போ உனக்குப் பரவாயில்லையா?"

"வந்துட்டோம் அகில். நீங்க ரெஸ்ட் எடுத்தீங்களா? சாப்ட்டீங்களா?"

"இல்லை வினு. ஆஃபிஸ்ல தான் இருக்கேன்".

"என்ன அகில் இவ்ளோ நேரமாவா? என்னால தான்? சாரி அகில்".

"ஏன் வினு அப்படிலாம் யோசிக்கிற? அதெல்லாம் ஒண்ணுமில்ல. ஒர்க் இருக்கு அதான். மேடம் தான் ஈவினிங் ஏழு மணி ஆனா ஸ்கூல் பசங்க பெல் அடிச்ச உடனே ஓடற மாதிரி ஓடிருவீங்க. வேலைன்னு வந்துட்டா நமக்குக் கால நேரம்லாம் கிடையாது மகாராணி. இதெல்லாம் போட்டு நீ உன்ன வருத்திக்காத. ஆர் யூ ஃபீலிங் பெட்டெர் நௌவ்?"

"மச் பெட்டர் அகில். நீங்க எப்போதுமே இப்படியே பாத்துப்பீங்கன்னா வாழ்நாள் முழுக்க ஹாஸ்பிட்டல்லயே இருக்கவும் எனக்கு சம்மதம்".

"வாய மூடு வினு. என்ன பைத்தியக் காரத்தனம் இது?

".............."

"உடம்பு சரி இல்லைன்னு ஹாஸ்பிட்டல்ல நீ இருந்தாதான் பாத்துப்பேனா? இல்லைன்னா செய்ய மாட்டேனா? இதென்ன மகா முட்டாள்தனம் வினு? விளையாட்டுக்குக் கூட இந்த மாதிரிலாம் இனிமே பேசாத மா."

"பைத்தியக் காரத் தனமா? ஓ அப்போ நான் மென்டலா? என்ன மனநலம் பாதிக்கப்பட்டவன்னு சொல்றீங்களா?"

"தாயே உன்கிட்ட பேசி என்னால ஜெயிக்க முடியாது.

"............................"

"பைத்தியக் காரத் தனமாகவே இருக்கட்டும் அகில். எவ்ரிதிங்க ஈஸ் ஃபேர் இன் லவ் அண்ட் வார்".

"ரெண்டையுமே நல்லா பண்ற வினு நீ".

"ஓ அப்போ நான் சண்டைக்காரி. அப்டி தான அகில்?"

"மறுபடியும் முருங்கை மரமா? வேண்டாம் அம்மு!"

"ஓ அப்போ நான் வேதாளமா?"

அவனும் உள்ளூர ரசித்துக் கொண்டே அவள் கேட்ட அனைத்திற்கும் மறுமொழி கூறினான்.

"சரி வினு அதெல்லாம் இருக்கட்டும். இன்னும் ஒரு வாரத்திற்கு ஆஃபிஸ்லாம் போக வேண்டாம். நீ போகலனா உங்க கம்பெனிக்கு எந்த நஷ்டமும் இல்லை. அதனால ஹாஸ்டல்லயே நல்லா ரெஸ்ட் எடு மா".

"சரி அகில் போகல".

"தட்ஸ் மை கேர்ள். ஓகே வினு நீ தூங்கு மா".

"குட் நைட்".

பிறகு ஓரிரு நாட்கள் கழித்து பேசிக் கொண்டிருக்கும் போது அகிலன் அன்று மருத்துவ மனையில் ஷக்தியிடம் பேசிய அளவில் பழகிய வரையில் தான் அனுமானித்திருந்ததை வினுவிடம் கேட்டான்.

"வினு நான் உன்கிட்ட ஒன்னு கேக்கலாமா? தப்பா எடுத்துக்க மாட்டியே?"

"என்ன அகில் இப்படி திகில் பண்ற மாறிலாம் பேசறீங்க? நேரா விஷயத்துக்கு வாங்க".

"ஷக்தி எங்க?"

"இதென்னடா வம்பா இருக்கு? காதலிக்கற பொண்ணுக்கு ஃபோன் பண்ணிட்டு அவ தோழியப் பத்தி கேக்கறீங்க?"

"சொல்லு வினு அப்புறம் விளையாடலாம்". புரிந்து கொண்டு அவளும் கூறினாள்.

"வெளில போய் இருக்கா அகில்".

"இப்போ உன் கூட இல்லை தானே?"

"இன்னைக்கு என்ன ஆச்சு அகில் உங்களுக்கு? இதென்ன கேள்வி? வெளில போய் இருக்கான்னா என் கூட இல்லைன்னு தானே அர்த்தம்?"

"ஏன் அகில் அவகிட்ட ஏதாவது பேசணுமா? இல்லை சொல்லணுமா? அவ வந்த உடனே உங்களுக்குக் கால் பண்ண சொல்றேன்".

"அம்மா தாயே! நல்ல வேலை பண்ணுன. நீ ஒன்னும் பண்ண வேணாம். ஷக்தி அங்க இல்லாத வரைக்கும் ரொம்ப நல்லது. அப்படியே இருக்கட்டும்"

"சொல்லுங்க என்ன விஷயம்?"

"ஷக்திக்கு என்ன பிரச்சினை?"

"அவளுக்கு ஆயிரத்து எட்டுப் பிரச்சினை இருக்கு. இப்படி மொட்டையா கேட்டா?"

சற்றே கோபத்துடன்,

"வினு............ பீ சீரியஸ். நான் பார்த்துப் பழகிய இரண்டு நாட்கள் அளவில் எனக்குத் தெரிந்ததை, நான் புரிந்து கொள்ள முடிந்ததைச் சொல்கிறேன். உதட்டில் சிரிப்பையும் கண்களிலும், உள்ளத்திலும் வலியையும், சோகத்தையும் சுமந்து கொண்டிருப்பது போல் எனக்குத் தோன்றுகிறது. எனக்குத் தோன்றுவதைக் காட்டிலும் ஷக்தியின் கண்கள் காட்ட மறைத்தாலும் அந்த இதழ்களில் ஒட்டியிருக்கும் வறண்ட, உயிரற்ற புன்னகை ஷக்தியின் இதயத்தைத் தெளிவாகச் சொல்கிறது. இப்பொழுது சொல் ஷக்திக்கு என்ன பிரச்சினை?"

"நீங்க சொல்றது நூறு சதவீதம் சரி தான். ஆனால் அவள் சொந்த விஷயத்தை ஷக்தி என் பெஸ்ட் ஃப்ரெண்டா இருந்தாலும் அவள் அனுமதி இல்லாமல் கேக்கறது நீங்களாவே இருந்தாலும் எப்படி என்னால சொல்ல முடியும்? அப்படி சொன்னா அது என் ஃப்ரெண்டுக்கும் எங்க ஃப்ரெண்ட்ஷிப்புக்கும் நான் செய்யற துரோகம்".

"நான் உன்னை நேசிப்பதற்கான காரணம் இதுவே. இதைத் தாண்டி வேறோர் காரணத்தை நான் தேட விரும்ப வில்லை வினு. நான் எதுவும் தப்பா நெனச்சுக்கல வினு. ஷக்திக்கு சரின்னா நீ என்கிட்ட ஷேர் பண்ணலாம்".

"ஓகே அகில். அகில் எனக்கொரு சந்தேகம். திட்ட மாட்டீங்களே?"

"ஏதோ வில்லங்கத்த ரெடி பண்ணிட்ட. கேக்காம விட மாட்ட. நான் வேணாம்னாலும் கேக்கதான் போற. இல்லைன்னா விடிய விடிய உனக்குத் தூக்கம் வராது. கேளு வினு. கேட்டு விடு".

"சைக்காலஜிலாம் படிச்சு இருக்கீங்களா? ஷக்தியைப் பத்தி கரெக்டா சொல்லீட்டீங்க?"

"சைக்காலஜியா? அதுவும் நானா? சத்தமா சொல்லாத வினு. வெளியில யாராவது கேட்டா சிரிப்பாங்க. இதுக்கு சைக்காலஜிலாம் படிச்சு இருக்கணும்னு அவசியம் இல்லை வினு. மனித உணர்வுகளைப் புரிந்து கொள்ளத் தெரிந்த யார்க்கும், மனித உணர்வுகளை மதிக்கத் தெரிந்த யார்க்கும் இது விளங்கும்".

அவர்கள் பேசிக் கொண்டிருக்கும் போதே வெளியில் சென்றிருந்த ஷக்தி திரும்பி வர அவள் அறியா வண்ணம் அவனிடம் சொல்லி விட்டு ஃபோனை வைத்தாள் வினு.

"ஷக்தி வந்ததும் வினு அவளிடமே கேட்டு விட்டாள். ஷக்தி அகில் உனக்கு ஏதோ பிரச்சினை எனச் சரியாக யூகித்திருக்கிறார். என்னிடம் கேட்கவும் செய்தார். நான் காதலிப்பவராக இருந்தாலும் உன் சொந்த விஷயத்தைக் கூறுவது மிகவும் தவறென்று கருதி எதையும் சொல்ல வில்லை" எனக் கூறி அவர்களது உரையாடலை ஷக்தியிடம் கூறினாள்.

ஷக்தி ஒரு வெற்றுப் புன்னகையுடன்,
"அகிலனிடம் கூறினாலும் கூறாவிட்டாலும் எதுவும் நேரப் போவதில்லை. அகிலன் மாதிரி காதலுக்கு உண்மையானவர்களையும் காதலியிடம் நேர்மையுடனும் நடந்து கொள்கிறவர்களை உண்மையில் என் வாழ்நாளில் நான் பார்க்க முடியாது வினு. அகிலன் என்னிடம் கேட்டிருந்தால் நானே கூறியிருப்பேனே வினு!" என்றாள்.

"அப்போ நான் அகில் கிட்ட இதைப் பத்தி சொல்லட்டுமா ஷக்தி?"

"அதான் முன்னாடியே சொல்லிட்டேனே வினு! அகிலனிடம் கூறினாலும் கூற வில்லை என்றாலும் எதுவும் நேரப் போவதில்லை என்று. உன் இஷ்டம்" என்றவள் அகிலனால் அவளுக்கு நேரப் போகும் மாற்றத்தை அவள் அடைந்த விரக்தியின் காரணமாக அவள் அறிந்திருக்க நியாயமில்லை. வினுவிடம் அவ்வளவு தைரியமாகப் பேசி விட்டிருந்தாலும் அவள் கண்களில் கசிந்து கொண்டிருந்த நீரைத் துடைத்து வினு அவளுக்கு ஆறுதல் கூற முற்பட அவள் மடியில் விழுந்து அழத் தொடங்கினாள் ஷக்தி.

"அழாத ஷக்தி".

"........................"

"சொல்றது சுலபம் அதை செய்யறது கஷ்டம்ணு எனக்கும் தெரியும். வார்த்தைகளாலான எந்த ஆறுதலும் உன் காயத்திற்கு மருந்து போட முடியாது. இப்போ இது உனக்கு ரொம்பக் கஷ்டமா அதிலிருந்து வெளிய வர முடியாத மாதிரி இருக்கலாம். ஆனா அதெல்லாம் உண்மை இல்லை. கண்டிப்பா எல்லாமே ஒரு நாள் மாறும். அப்போ நீயே என்கிட்ட வந்து சொல்லுவ பாரு. ஆமா வினு நீ சொன்னது சரி தான், அதே மாதிரி நடந்துடுச்சுண்ணு. அது வரைக்கும் தைரியமா இரு ஷக்தி. எல்லாம் நன்மைக்கே".

அழுது கொண்டிருந்தவள் நிமிர்ந்து வினு முகத்தை நோக்கி, "தேங்க்ஸ் வினு. நீ சொல்றதுலாம் நடக்குமான்னு தெரியல. கடவுள் எனக்கு அதெல்லாம் எழுதியிருந்தா நீ சொல்ற மாதிரி நடக்கட்டும். நீ பேசுனது மனசுக்கு ரொம்ப ஆறுதலா இருக்கு".

ஷக்தி அவள் வேலைகளில் ஈடுபடத் தொடங்கிய பிறகு வினுவிற்கு அகிலனிடம் சொல்லி அதற்கொரு தீர்வு கண்டு பிடித்தாலென்ன என்று தோன்றியது. அதே சமயம் அப்பொழுதே பேசினால் ஷக்தியின் மனமும் பழைய நினைவுகளுக்காக வருந்தும் என எண்ணி குறுஞ்செய்திகள் மூலம் அவனுடன் உரையாடத் தொடங்கினாள்.

"அகில....................."
வெகு நேரம் காத்திருந்தாள். மறு முனையில் பதில் ஏதும் வராததால் வினுவும் உறங்கிப் போனாள். வேலை மிகுதியின் காரணமாக அன்று முழுவதும் அகிலனால் அவளை அழைத்துப் பேச முடிய வில்லை. மறுநாள் காலை அந்தக் குறுஞ்செய்தியைப் பார்த்த உடனேயே 'தேவையில்லாமல் அழைக்க மாட்டாளே' எனக் குழப்பமுற்று அவளை அழைத்தான். காலையில் ஹாஸ்டலில் ஷக்தியும் இருந்ததால் அவளால் ஏதும் கூற முடியாமல்
"ஆஃபிசுக்குக் கிளம்பிட்டு இருக்கேன் அகில். ஈவினிங் கூப்பிடறேன். ஈவினிங் ஃப்ரீ பண்ணிக்கோங்க. பேசலாம். பேசணும்".
"டைம்?"
"ஏழு மணிக்கு கூப்பிடறேன் அகில்".

இவ்வளவு விஷயங்களைக் குறுஞ்செய்திகளிலும் கூற முடியாது, ஷக்தியின் எதிரில் பேசினால் அவள் மனமும் வருத்தப் படக்கூடும் என எண்ணி அவளுக்காகவே அன்று வேலைகளை விரைந்து முடித்து விட்டு அவள் கூறியது போலவே ஏழு மணிக்கு அகிலனை அழைத்தாள்.

"ஃப்ரியா இருக்கீங்களா அகில்?"

"இல்லை வினு. ஆனால் என் வேலைகளைப் பிறகு பார்த்துக் கொள்கிறேன். ஏதோ முக்கியமாக சொல்லப் போகிறாய் என்று தெரிகிறது. சொல்லு வினு".

"ஆமா அகில். ரொம்ப முக்கியமான விஷயம்".

"முக்கியமான விஷயமா? எனக்குத் தெரியாமலா வினு?"

"முக்கியமானது தான். ஆனால் என்னைப் பற்றியோ நம்மைப் பற்றியோ அல்ல. ஷக்தியைப் பற்றி".

"ஷக்தியைப் பற்றியா?"

"ஆமா அகில். நேத்து நான் அவகிட்ட கேட்டேன். அகில்கிட்ட உன் விஷயத்தை ஷேர் பண்ணலாமான்னு? அவளுக்கு அதுல எந்தப் பிரச்சினையும் இல்லைன்னு சொல்லிட்டா. பேசலாம்".

"சரி வினு. மணி ஏழாகுது. இப்போ எங்க இருக்க நீ?"

"ஆஃபிஸ்ல தான் அகில்".

"இன்னும் கிளம்பலயா நீ?"

"இல்லை அகில். ஒர்க் எதுவும் இல்ல. ரூம் போனா பேச முடியாது. சோ அவளுக்காக தான் இன்னும் இங்கயே இருக்கேன்".

"ஹ்ம்ம்ம் பரவால. தோழி மேல நல்ல அக்கறை தான். சரி சொல்லு வினு என்னப் பிரச்சினை ஷக்திக்கு".

"எங்க ஸ்டார்ட் பண்றதுன்னு தெரியல அகில்".

"எங்க ஸ்டார்ட் பண்ணுமோ அங்க பண்ணு வினு".

"நாங்க காலேஜ் ஃபைனல் இயர் படிக்கும் போது ஷக்திய ஒரு பையன் லவ் பண்ணுனான். அவன் பேரு பிரகாஷ். அத காதல்னு சொல்லி காதலை அசிங்கப் படுத்தக் கூடாது. இவளுக்கும் அவனைப் பிடித்துப் போக அவனைக் காதலிக்க ஆரம்பித்தாள். அவள் வாழ்க்கையில் செய்த மிகப் பெரிய தவறு அது தான். ஆறு மாதங்கள் சென்ற பின்பு பிரகாஷ் ஷக்தியை பெற்றோரிடம் சம்மதம் வாங்கச் சொல்லி வற்புறுத்திக் கொண்டே இருந்தான். இறுதியில் ஃபைனல் இயர் முடித்ததும் ஷக்தி அவள் பெற்றோரிடம் தன் விருப்பத்தைத் தெரிவித்து அவனைப் பற்றியும் கூறினாள்.

முதலில் வெகுவாகத் தயங்கிய ஷக்தியின் பெற்றோர் பிறகு தன் மகளின் சந்தோஷமே முக்கியம் எனக் கருதி சம்மதம் தெரிவித்தனர். ஷக்தியின் விஷயத்தில் அவர்கள் எடுத்த ஒரே தவறான முடிவு அது தான். அது அவள் வாழ்க்கையை இப்படி மாற்றி விடுமென அவர்கள் எதிர்பார்க்காமல் அப்படி செய்து விட்டனர். ஆனால் அவர்கள்

ஷக்தியை இது பற்றி எதுவும் அவனுக்குத் தெரிவிக்க வேண்டாம் எனக் கூறியிருந்தனர். ஷக்தியும் அவர்கள் சம்மதித்தது பற்றி மிகுந்த மகிழ்ச்சியுற்றாள்.

அவளும் தன் பெற்றோர் கூறியபடி அவனிடம் எதையும் பகிர்ந்து கொள்ளவில்லை. ஷக்தியின் தந்தையும், மாமாவும் தன் நண்பர்கள், உறவினர்கள், தெரிந்தவர்கள் என அனைவரிடமும் கூறி அவனைப் பற்றி விசாரிக்கச் சொல்லியிருந்தனர். கேட்டுக் கொண்டிருந்த அத்தனை பேரில் ஒருவரிடமிருந்தும் அவனைப் பற்றிய நல்ல தகவல்கள் ஏதும் வரவில்லை. அவளுடைய பெற்றோர் மிகுந்த வருத்தமுற்றனர்.

தங்கள் மகளின் தேர்வு இந்த விஷயத்தில் அவள் வாழ்க்கையின் மிக முக்கியமான விஷயத்தில் பிழையாகி விட்டதை நினைத்து மனம் நொந்தனர். அதே சமயம் அவர்கள் இதைத் தெரிவித்தால் ஷக்தி அதை எப்படி ஏற்றுக் கொள்வாள்? அல்லது ஏற்றுக் கொள்வாளா? எனப் பல்வேறு குழப்பங்களில் மூழ்கியிருந்தனர். பிறகு ஒரு நாள் மிகுந்த பக்குவத்துடன் அவளிடம் எடுத்துக் கூறினர்.

அவர்கள் கூறும் வரை பொறுமையாகக் கேட்டுக் கொண்டிருந்து விட்டு அவர்கள் கூறி முடித்ததும் ஷக்தி கதறி அழத் தொடங்கினாள். அதே சமயம் அந்தக் கோபமோ வருத்தமோ அவள் கண்களை மறைக்க வில்லை. நிதானத்துடன் யோசிக்க ஆரம்பித்தாள். இத்தனை கஷ்டத்திலும் அந்த ஒரு விஷயம் மட்டுமே அவளது பெற்றோருக்கு ஆறுதலாகவும் ஷக்திக்குத் துணையாகவும் இருந்தது.

தன் பெற்றோரின் வார்த்தைகளை எப்போதுமே முழுமையாக நம்புகிறவள் ஷக்தி. அதே சமயம் அவனும் தன்னைக் கல்யாணத்திற்காக ஏன் வற்புறுத்திக் கொண்டேயிருக்கிறான் என்பதையும் ஆழ்ந்து யோசிக்கத் தொடங்கினாள். ஒரு பெரிய மனப் போராட்டத்திற்குப் பிறகு ஷக்தி தன் பெற்றோர் கூறியதைக் கேட்டுத் தன் மனதை மாற்றிக் கொள்ள ஆரம்பித்தாள்.

அதன் பிறகு அவள் பிரமை பிடித்தவள் போலிருப்பதைப் பார்க்க முடியாமல் போகவே ஷக்தியின் தந்தை அவளைப் படித்து முடித்த பின் இந்த வேலைக்கு அனுப்ப ஒப்புக் கொண்டார். காரணம் அது கண்டிப்பாக அவளுக்கு ஒரு மாற்றத்தை அளிக்குமென அவர் முழுமையாக நம்பினார். அன்று மாலை அவர்களின் வீட்டில் நானும் இருந்தேன். அப்பொழுதும் கூட ஷக்தியின் தந்தைக்கு அவள் மேல் அபாரமான அசைக்க முடியாத நம்பிக்கையிருந்தது தன் மகள் தங்கள்

வார்த்தையை மீறி எதுவும் செய்யமாட்டாள் என்று. ஆனால் அவர்கள் இருவருக்குள்ளும் ஒரு பெரிய அச்சம் தங்கள் மகள் வாழ வேண்டிய வயதில் தவறான முடிவேதும் எடுத்து விடுவாளோ என்று. அன்றிரவு அவளை அனுப்பி வைக்கும் போது ஷக்தியின் தந்தை அவளிடம் வாழ்வில் என்றைக்கும் தவறான முடிவை எடுக்கக் கூடாதென்று அவளிடம் சத்தியம் வாங்கிக் கொண்டு அவளை அனுப்பி வைத்தார்.

அந்த நொடி அவரது கண்களில் இருந்த பயத்தையும் பரிதவிப்பையும் என்னால் உணர முடிந்தது. எவ்வளவு தைரியமான பெற்றோர்களையும் குழந்தைகளின் ஒரு துளி கண்ணீர் பலவீனமானவர்களாக மாற்றி விடுகிறது என்பதை அன்று புரிந்து கொண்டேன்" அனைத்தையும் விளக்கிக் கூறி விட்டு

"இது தான் அகில் நடந்துச்சு. ஷக்திக்கு எப்படியாவது இதில் உதவ வேண்டும்" என்றாள்.

"சரி தான் வினு. நீ யாருக்கோ என்றாலே ஓடிப் போய் உதவ வேண்டுமென நினைப்பவள். உன் ஆருயிர்த் தோழிக்கு உதவ நினைக்க மாட்டாயா என்ன? அதெல்லாம் சரிதான். இப்போதைக்கு வருத்தப் படுவதைத் தாண்டி ஷக்திக்கு எப்படி உதவ முடியும் என்றே யோசிக்க வேண்டும்".

"................................"

"வினு எனக்கொரு சந்தேகம். ஷக்தி தன் பெற்றோரின் பேச்சை முழுமையாக நம்புகிறாள் எனக் கூறுகிறாய். பிறகு ஏன் இவ்வளவு நாட்களாகியும் ஷக்தி எதையும் மறக்காமல் தன் மனதில் பொதித்து வைத்துக் கொண்டிருக்க வேண்டும்? அது மட்டுமின்றி ஷக்தி இதையெல்லாம் மறக்க முயற்சி செய்ததைப் போலவோ அல்லது முயற்சி செய்வதைப் போலவோ கூடத் தோன்றவில்லையே வினு?

"நீங்க சொல்றது சரிதான் அகில். அவ இப்போ வருத்தப் படறது அந்தப் பிரகாஷ்க்காக அல்ல. அவ வருத்தப் படறது தான் எடுத்த தவறான முடிவை நினைத்தே! அது மட்டுமில்லாமல் அவன் எப்படியோ தெரிய வில்லை. ஆனால் ஷக்தி அவனை உண்மையாக நேசித்திருக்கிறாளே! அந்த உண்மையான நேசத்தின் வலி அவளுக்கு ஆழமாகப் பதிந்திருக்கிறது".

"எல்லாம் சரி வினு. எதார்த்தம் என ஒன்று இருக்கிறது. அதைப் புரிந்து கொள்ள வேண்டும். வருத்தப் பட்டுக் கொண்டிருப்பதும் கண்ணீர் சிந்திக் கொண்டிருப்பதும் எந்த விதத்திலும் பயன் தராதவை. இன்னும் எத்தனை நாளைக்கு ஷக்திக்கு இப்படியே இருப்பதாய் உத்தேசம்? அவன் இந்நேரம் உலகில் ஏதோ ஒரு மூலையில் நிம்மதியாய்

இருப்பான். உண்மையாக நேசித்த பாவத்திற்குத் தண்டனையாய் ஷக்தி இன்னும் எத்தனை நாள் அழுது கொண்டிருப்பது?"

"அதனால் தான் என்னால் முடிந்த வரை அவளை அதிலிருந்து வெளியில் கொண்டு வர போராடிக் கொண்டிருக்கிறேன். நீங்க தான் நல்ல சைக்கியாட்ரிஸ்ட் மாதிரி கவுன்சிலங்கலாம் குடுப்பீங்களே! நீங்களே ஷக்திகிட்ட பேசலாம்".

"நான் பேசறது பெரிய விஷயமல்ல வினு. அந்தப் பொண்ணு அத எப்படி எடுத்துக்கும்ங்கிறது தான் இப்போ பிரச்சினை. நீ சொன்னா தோழிங்கற அக்கறை இருக்கும். நான் என்ன உரிமையில் பேசுவது? அன்று ஒரு நாள் பார்த்துப் பழகியதற்கு இவ்வளவு உரிமை எடுத்துக் கொண்டு பேசுகிறான்! என ஷக்தி எண்ணி விடக் கூடும்".

"ஷக்தி அப்படிப் பட்டவளில்லை அகில்"
"நீ ஷக்தியின் தோழி என்ற அடிப்படையில் பேசற வினு நான் எதார்த்தத்தைக் கூறுகிறேன். நம் சம்மந்தப் படாத மூன்றாவது நபர் நம் சொந்த விஷயங்களில் தலையிடுவது யாருக்குமே பிடிக்காது வினு. ஆனால் உனக்காக நானும் ஷக்திகிட்ட பேசறேன். ஷக்தி என்ன கூறினாலும் உனக்காக நான் அதை ஏற்றுக் கொள்கிறேன்".

"நன்றி என்னும் ஒற்றைச் சொல்லில் அளந்திட முடியாது அகில் உங்கள் உதவியை".
"அதெல்லாம் நீங்கள் எதையும் அளக்க வேண்டாம் மகாராணி. இப்போது பத்திரமாக விடுதிக்குச் சென்றால் அதுவே போதும்".
"ஓகே அகில்" என்று விட்டு அவளும் கிளம்பி ஹாஸ்டலுக்கு வர சென்னை டிராஃபிக்கில் கிட்டத் தட்ட ஒரு மணி நேரம் பிடித்தது.

விடுதிக்குத் திரும்பிய பின் அவன் கூறிய 'நான் ஷக்திக்கு அழைத்து பேசுகிறேன். ஷக்திக்கு சம்மதம் என்றால் நான் ஞாயிற்றுக் கிழமை ஃபோன் பண்ணறேன் வினு' ஞாபகத்துக்கு வர ஷக்தியிடமும் நடந்தவற்றைத் தெரிவித்து அவளின் விருப்பத்தைக் கேட்டறிந்தாள்.

ஷக்தியும் பொதுவாக விரும்ப வில்லையெனினும் தனக்காக இவர்கள் இருவரும் இவ்வளவு முயற்சிகள் எடுத்துத் தன்னைப் பழைய ஷக்தியாக மாற்ற நினைப்பதை எண்ணி,
"சரி வினு நான் சன்டே அகிலன் கிட்ட பேசறேன்". என்றாள்.

கண்ணாடி காலங்கள்

அவளின் சரி எனும் ஒற்றைச் சொல்லிற்காக இத்தனை பாடுபட்டவள் மிகுந்த சந்தோஷமடைந்தாள். உடனே அகிலனிடமும் இதைத் தெரிவித்து விட்டு அவனை ஷக்திக்கு ஞாயிற்றுக் கிழமை காலை பத்து மணிக்கு மேல் அழைத்துப் பேசக் கூறினாள். வினு தன்னிடம் கேட்டுக் கொண்ட படியே அந்த ஞாயிற்றுக் கிழமை காலை பதினோரு மணிக்கு அகிலன் ஷக்திக்கு அழைத்தான். வினுவும் தன்னிடம் முதலிலேயே கூறியிருந்ததால் அலைபேசியில் புது எண்ணைப் பார்த்த உடன் அழைப்பது அகிலனாகத் தான் இருக்க வேண்டுமென அனுமானித்து அழைப்பை ஏற்றாள் அவள். சொல்லப் போனால் அந்த அழைப்பை ஏற்கும் வரையில் அகிலனிடம் எந்த ஒரு நம்பிக்கையுமற்றே இருந்தாள் ஷக்தி.

"ஹலோ நான் அகிலன் பேசறேன். எப்படி இருக்கீங்க ஷக்தி?"
"நல்லா இருக்கேன் அகிலன். நீங்க?"
"நல்லா இருக்கேன் ஷக்தி. சன்டே என்ன ஸ்பெஷல்? வெளியில எங்கயும் போகலயா?"
"இல்லை அகிலன்".

அவளின் ஒரு சில வார்த்தைகளிலேயே அவனாலும் புரிந்து கொள்ள முடிந்தது வெற்று வார்த்தைகளை உதிர்த்துக் கொண்டிருக்கிறாள் என.

"நேரடியா நான் விஷயத்திற்கே வருகிறேன் ஷக்தி. எதற்கு இத்தனை சோகமும் வலியும்?"
"தெரிந்து கொண்டே கேட்டால் நான் என்ன சொல்வது?"
"புரிகிறது".
".............................."
"உங்களின் வருத்தமும் வேதனையும் வீணானது ஷக்தி".
"புரிய வில்லை அகிலன்".
"மனிதரின் உணர்வுகளும் கண்ணீரும் எப்போதும் தகுதியற்ற நபர்களுக்காக செலவிடப் படவே கூடாது".
"சரிதான் அகிலன். இந்தக் கண்ணீரும் வலியும் என் உணர்வுகளுக்கானதன்றி எந்த ஒரு நபர்க்கானதுமல்ல. தகுதியற்றவரை நினைத்து என் நேரத்தையும் வாழ்க்கையையும் வீணாக்க நான் அந்த அளவிற்கு முட்டாளில்லை அகிலன்".

அவளின் கடைசி வார்த்தைகளைக் கேட்டு விட்டு ஷக்தியின் மனத்தை மாற்றுவது தான் நினைத்த அளவிற்குக் கஷ்டமாயிராது என்பதை உணர்ந்து சற்றே ஆறுதலடைந்தான்".

"நீங்கள் சொல்வதை ஏற்றுக் கொள்கிறேன் ஷக்தி. அந்த உணர்வுகள் மதிக்கத் தக்கவையாக இருக்கலாம். ஆனால் அது சென்று சேருமிடம் அதற்கு உரியவன் தகுதியற்றவன் தானே! அப்போது இந்த வலியும் கண்ணீரும் மதிப்பற்றுப் போகுமே! விலை மதிப்பில்லாக் கண்ணீர்த் துளிகளை அதுவும் அன்பின் பெயரால் வரும் கண்ணீர்த் துளிகளை அதன் மதிப்பை உணராதவனுக்காகக் காட்டுவதும் தவறான செயலே!"

".........................."

வார்த்தைகளற்றுத் திகைத்தாள்.

அவனும் ஒரு ஒரு வார்த்தையைக் கையாளும் போதும் பிறந்த குழந்தையைக் கையாளும் கவனத்துடன் கையாண்டு கொண்டிருந்தான் ஷக்தியின் மனம் வருத்தப்பட்டு விடக்கூடாதென்று. மறுபடியும் அவனே பேச ஆரம்பித்தான்.

"உங்களின் கண்ணீர்த் துளிகளும், நேரமும், அன்பும் சென்று சேரும் இடமும் நபரும் சரியாக இருக்கும் பட்சத்தில் காலத்திற்கும் அதைச் செய்யலாம். காலம் முழுதும் அந்த நபர்க்காகக் காத்திருக்கலாம். அதில் தவறேதும் இல்லை.அது தகுதியற்றவனுக்காக எனும் போது உங்கள் நேரத்தையும் வாழ வேண்டிய அழகான மலர்க் கொத்து போன்ற வாழ்க்கையையும் வீணடிப்பது தவறு ஷக்தி. உண்மையைக் கூற வேண்டுமானால் உங்களுக்கே அதற்கு உரிமை இல்லை.

இவ்வுலகில் விலை மதிப்பில்லாத இரு விஷயங்கள் கண்ணீர்த் துளிகளும் நேரமும். அதை சரியான தகுதியுள்ள நபருக்குக் கொடுக்கும் போது அது புனிதமடைகிறது. அது நம் வாழ்க்கையையும் மேலும் வசீகரமாக்கி விடுகிறது. அப்படியின்றி அதன் மதிப்பு தெரியாத பிரகாஷ் போன்ற ஒருவனிடம் சென்று சேரும் போது அது தன் அர்த்தத்தையே இழந்து விடுகிறது. நம் வாழ்க்கையையும் அது நரகமாக்கி விடுகிறது.

தகுதியற்ற ஒருவனுக்காக அழகான இந்த வாழ்க்கையை நரகமாக்கிக் கொள்ள வேண்டுமா? நம் நிம்மதி உடன் சேர்த்து நம் பெற்றோரின் நிம்மதியையும் தொலைக்க வேண்டுமா? என யோசித்துப் பாருங்கள் ஷக்தி. அவர்களின் நிகழ்காலமும் எதிர்காலமும் உங்கள் வாழ்வைப் பற்றிய சிந்தனையிலேயே மூழ்கிக் கிடக்கிறது. இத்தனை நபர்களின் வாழ்க்கையையும் அர்த்தமற்ற ஒரு பிறவிக்காகக் கேள்விக் குறியாக்கப் போகிறீர்களா ஷக்தி?"

கண்ணாடி காலங்கள்

அவனது ஒவ்வொரு வார்த்தையும் தன் மனதில் இடியாய் இறங்க அவன் கூறிய அனைத்தையும் மனதில் நிறுத்தி அசை போட்டாள் அவள். நெஞ்சைச் சுடுகிறது என்றாலும் உண்மை உண்மை தானே! மறுக்க முடியாதே! வலிக்கிறது என்பதற்காக வலியை ஏற்றுக் கொள்ளாமலிருக்க முடியாதே! அவனின் ஒவ்வொரு வார்த்தையிலும் உண்மை உறைந்திருந்தது. இந்த விஷயத்தைப் பற்றி வினு உட்பட தன் நெருங்கிய நண்பர்கள் யாராவது பேசத் தொடங்கினாலே அழ ஆரம்பித்து விடுபவள் இன்று இவன் இவ்வளவு பேசியும் தன் விழிகள் நனையாதிருப்பதிலிருந்தே அகிலனின் வார்த்தைகளால் தனக்குள் நிகழ்ந்திருந்த மாற்றத்தை அவளால் புரிந்து கொள்ள முடிந்தது.

சில நிமிடங்கள் மௌனமாய் எதுவும் பேசாமல் அவன் கூறிய அனைத்தையும் யோசித்திருந்து விட்டு ஒரு நெடுமூச்சிட்டுப் பிறகு தெளிவாகப் பேசத் தொடங்கினாள்.

"தேங்க் யூ சோ மச் அகிலன். ஆனாலும் இந்த ஒற்றை வார்த்தையில் என் நன்றியுணர்வைக் காட்டி விட முடியாது".

"நீங்கள் இவ்வளவு உணர்ச்சிவசப் படத் தேவையில்லை ஷக்தி. லைஃப் ஈஸ் ஆல் அபௌட் பீயிங் ஹேப்பி அண்ட் மேக்கிங் அதர்ஸ் ஹேப்பி".

வினு கல்லூரி நாட்களில் தன்னிடம் அடிக்கடி உபயோகிக்கும் ஒரு வாக்கியம் இப்போது அகிலனும் கூறக் கேட்க தன் தோழி வினுவை நினைத்து அவளுக்காக அவளின் மனத்திற்கும், எண்ணத்திற்கும், செயல்களுக்கும் தகுந்தாற் போலவே ஒருவன் அவளுக்குக் கிடைத்திருப்பதை எண்ணிப் பூரித்துப் போனாள்.

"உங்களிடம் பேசும் வரையில் உண்மையை சொல்லப் போனால் நான் நம்பிக்கையற்றே இருந்தேன். வார்த்தைகளுக்குரிய ஆற்றலைப் புரிய வைத்து விட்டீர்கள் அகிலன். மீண்டுமொரு முறை நன்றி".

"வார்த்தைகளுக்குரிய ஆற்றல் அவை பயன்படுத்தப்படும் விதத்தில் தான் உள்ளது ஷக்தி. இனி எந்தக் குழப்பமும் வருத்தமும் இருக்காது என நம்புகிறேன். ஒரு புது வாழ்க்கையை நீங்கள் தொடங்கவே உங்கள் பெற்றோரும், வினுவும், நானும் ஆசைப்படுகிறோம்".

"நிச்சயமாக இனி எந்தக் குழப்பமும் இருக்காது அகிலன். தெளிவற்றிருந்த என் உள்ளத்தைத் தெளிந்த நீரோடையாய் மாற்றி விட்டீர்கள்".

"ரொம்ப சந்தோஷம் ஷக்தி. உங்களின் இந்த மன மாற்றம் எங்கள் அனைவருக்கும் மிகுந்த மகிழ்ச்சியைத் தருகிறது. இன்னொரு நாள் பேசலாம் ஷக்தி. டேக் கேர்".

"சரி அகிலன்" என அவளும் அழைப்பைத் துண்டித்தாள்.

அவர்கள் இருவரும் பேசிக் கொண்டிருக்கையில் தான் அங்கிருப்பது அவ்வளவு நாகரீகமாக இருக்காதென்றெண்ணி அவளுக்குண்டான தனிமையைக் கொடுத்து விட்டு சிறிது நேரம் வெளியில் சென்றிருந்தாள் வினு. ஷக்தி பேசி முடித்து விட்டு அவளைத் தேடிக் கொண்டு சென்று அவள் வெளியில் அமர்ந்திருப்பதைக் கண்டதும் அவளை உள்ளே அழைத்து வந்தாள் ஷக்தி. வெளியில் காட்டிக் கொள்ள வில்லையென்றாலும் உற்றுக் கவனித்தால் புரியும் ஷக்தியின் மாற்றம் வினுவிற்கும் மகிழ்ச்சியையே கொடுத்தது. அவள் கூறும் முன்பே வினு அதை உணர்ந்து கொண்டாள்.

"தேங்க்ஸ் வினு. அகிலனின் வார்த்தைகள் உண்மையிலேயே என்னுள் ஒரு மாற்றத்தை நிகழ்த்தியிருக்கின்றன".

"அதனால தான் டியர் அகிலனை உன்னிடம் பேசக் கேட்டுக் கொண்டேன். உன்னிடம் நன்றியை எதிர் பார்த்து அதற்காக நாங்கள் இதைச் செய்ய வில்லை ஷக்தி. உன் பெற்றோருக்காகவும் நம் நட்பிற்காகவும் மட்டுமே செய்தோம். காரணம் உன்னை இங்கு அனுப்பி வைக்கும் போது உன் அப்பா உன்னிடம் தவறான முடிவேதும் எடுக்கக் கூடாது என உன்னிடம் வாங்கிய சத்தியமும் அப்பொழுது அவர் முகத்திலிருந்த பயமும் பரிதவிப்பும் வார்த்தைகளால் விவரிக்க முடியாத உணர்வுகளும் இன்னும் என் விழிகளின் முன் தோன்றுகின்றன ஷக்தி. அதையெல்லாம் மாற்றவே இவ்வளவு போராடினோம் ஷக்தி".

எதுவும் பேசாமல் அருகிலிருந்த தன் தோழியைக் கண்ணீரோடு கட்டியணைத்துக் கொண்டாள் ஷக்தி. ஷக்திக்கு ஆறுதல் கூறி அவளை சமாதானப் படுத்தி விட்டு உடனே அகிலனை அழைத்தாள் வினு.

"ஹாய் அகில்! ஐ யம் வெரி ஹேப்பி. உங்கள் மேல் வைத்திருந்த நம்பிக்கை ஷக்தியின் விஷயத்தில் வீண் போகவில்லை. அவளுக்குப் புரியும் விதத்தில் பக்குவமாக காயமடைந்த அவள் மனத்தை மேலும் சிதைக்காமல் அனைத்தையும் விளக்கி விட்டீர்கள். மிக்க மகிழ்ச்சி. அவளிடம் இந்த மாற்றத்தைத் தான் பல நாட்களாக நான் எதிர்பார்த்துக் கொண்டிருந்தேன். நீங்கள் அதை நிறைவேற்றி விட்டீர்கள்".

"மகாராணியின் எதிர்பார்ப்பை நிறைவேற்றுவதே அடியேனின் கடமை".

".."

"நான்தான் அப்போவே சொன்னேனே அகில்! ஷக்தி அப்படியெல்லாம் கோபப்பட்டு பேச மாட்டான்னு. உங்களுக்குத் தான் அதில் சுத்தமா நம்பிக்கையே இல்லை".

"ஒத்துக்கறேன் வினு. ஷக்தியிடம் பேசும் வரை ஷக்தியின் மன நிலையை என்னால் யூகிக்கக் கூட முடிய வில்லை".

"கேட்பது நாகரீகமல்ல. இருந்தாலும் நீங்க அப்புறம் ஷக்தி என் பெஸ்ட் ஃப்ரெண்ட்ங்கிற உரிமையில கேக்கறேன். ஷக்தி என்ன சொன்னா?"

"நாகரீகமில்லைலன்னு சொல்ற. ஆனாலும் கேட்பேன்னும் சொல்ற. உன்னை என்னால புரிஞ்சுக்க முடியல வினு".

"..".

"ஷக்தி மிகவும் மனமுடைந்து போயிருந்தது உண்மை. ஆனால் பக்குவமாக எடுத்துக் கூறியவுடன் ஷக்திக்கும் புரிய ஆரம்பித்தது".

"என்னமோ அகில், அவ புரிஞ்சுக்க ஆரம்பிச்சுட்டா. இனி முழுசா மனசு மாறி பழைய ஷக்தியாகிட்டா ரொம்ப சந்தோஷம்".

"கூடிய விரைவில் நடக்கும் வினு".

"இந்தப் பாசிட்டிவிட்டி தான் உங்ககிட்ட எனக்கு ரொம்பப் பிடிச்சுருக்கு".

"லைஃப் ஈஸ் ஆல் அபௌட் பீயிங் பாசிட்டிவ் வினு".

"கரெக்ட் அகில்".

"ஷக்தியைப் பற்றி இன்னும் கூட கொஞ்சம் பேச வேண்டியிருக்கு. ஆனால் இப்போ எனக்குக் கொஞ்சம் வேலையிருக்கு. இன்னொரு நாள் பேசலாம் வினு".

"ஓகே அகில் ஷ்யூர். கேரி ஆன் யுவர் ஒர்க்".

'தன்னைச் சேர்ந்தவரல்லாத மூன்றாமவர்க்கும் நல்லது நினைத்து அவர்களுக்கும் நல்லது நடக்க வேண்டும் என நினைக்கிறான்!' அகிலனின் வசீகரத்தைத் தாண்டி அவனின் இந்த மாதிரியான பண்புகள் தான் தன்னை மேலும் அவனிடம் ஆட்கொள்ளும்படி செய்தன.

அதான் ஷக்தியின் பிரச்சினையை சரி செய்து விட்டோமே! இன்னும் அவள் விஷயத்தில் பேச என்ன இருக்கும்? என யோசித்தவளாய் ஷக்தியை நோக்கினாள். வெகு நாட்களுக்குப் பிறகு தன் தோழி அனைத்தையும் மறந்து நிம்மதியாகத் தூங்குவதைப் பார்த்ததும் அதே நிம்மதியுடன் வினுவிற்கும் உறக்கம் கண்களைத் தழுவியது.

அடுத்த நாள் காலை நாட்காட்டி கிழிக்கும் போது தான் வினுவிற்கு ஞாபகம் வந்தது அவள் அகிலனிடம் தன் காதலைக் கூறி இன்றோடு ஒராண்டாகிறது என்று. கால நேரம் எதையும் பார்க்காமல் அவசரமாகத் தன் அலைபேசியை எடுத்துத் தன்னவனுக்கு அழைத்து

"ஹேப்பி ஆன்னிவர்சரி அகில்" என்றாள்.

அரை குறை தூக்கத்திலிருந்தவன் முழுமையாகத் தூக்கம் கலைந்து எழுந்து உட்கார்ந்து

"என்ன வினு சொல்ற? எனக்கெப்போ கல்யாணம் ஆச்சு? பௌர்ணமி ஏதும் பக்கமா வந்துச்சா?"

"நான் ஒன்னும் ஒளரல அகில். பைத்தியம்லாம் பிடிக்கல. நல்லா தான் இருக்கேன் கவலைப்படாதீங்க".

ஆண்களுக்கே உண்டான பொதுவான வியாதி மறதி என்பதை அவனும் ஓர் வினாடியில் உணர்ந்து கொண்டான். ஒரு முழு நிமிடம் கூட ஆகியிருக்காது. சட்டென்று ஏதோ நியாபகம் வந்தவனாய் நாட்காட்டியைப் பார்த்தான். அவன் விழிகள் ஆச்சர்யத்தில் மலர்ந்தன.

"அம்மு தேங்க்ஸ் அம்மு. விஷ் யூ தி சேம்".

"அப்பாடா! இப்போவாவது ஞாபகம் வந்ததே!"

"சாரி அம்மு. ஞாபகம் வச்சுக்க கூடாதுன்னு இல்ல. அதிக முயற்சிகள் எடுத்து ஒரு விஷயத்தை ஞாபகம் வச்சுக்கணும்னு நினைக்கும் போது அது எளிதாக மறந்துபோய் விடுவதும் அதைவிட அதிகமான முயற்சிகள் செய்து ஒரு விஷயத்தை மறக்க நினைக்கும் போது அது நம் இதயத்தின் முழுப் பகுதியையும் ஒரு சிறு வெற்றிடம் இல்லாமல் ஆக்கிரமித்துக் கொள்வதும் இயல்பானவை அம்மு. அதுவுமின்றி நாட்களையும் வருடங்களையும் விட நம் அன்பின் அடர்த்தியே அதிகமானது".

"காலையிலேயே தத்துவமா? தெரியாம கேட்டுட்டேன் அகில் இனிமே ஏன் மறந்துட்டீங்கன்னு மறந்து கூட கேக்க மாட்டேன். அகில் ஒரு வருஷம் அகில், 365 நாட்கள்".

"ஆமா வினு. எல்லா ஊரிலும் நாட்டிலும் ஒரு வருடத்திற்கு 365 நாட்கள் தானே! அதிலென்ன சந்தேகம் உனக்கு?"

"அதில்லை அகில். இத்தனை நாட்கள் வழக்கமாகக் காதலிப்பவர்கள் சிறுசிறு விஷயங்களுக்கெல்லாம் கோபித்துக் கொண்டோ சண்டையிட்டுக் கொண்டோ பேசாமலிருந்து பின் சமாதானம் செய்வதோ இது மாதிரி நாம் எதுவுமே செய்ய வில்லையே!"

"அம்மா தாயே! எல்லாரும் தங்களுக்குள் சண்டை வரக் கூடாதென்றே எச்சரிக்கையோடு இருப்பார்கள். உலகத்திலுள்ள

அத்தனை தெய்வங்களையும் வேண்டிக் கொள்வார்கள். நீ என்னடான்னா வம்படியா சண்டை போடணும்னு சொல்ற?"

"அதெல்லாம் எனக்குத் தெரியாது. ஒரு வருஷத்த வேஸ்ட் பண்ணிட்டோம். அட்லீஸ்ட் இப்போவாவது சண்டை போடணும்".

"ஓகே வினு. ரெடி, ஒன், டூ, த்ரீ, ஸ்டார்ட்"

"ஓஹோ என்ன ஸ்டார்ட் பண்ண சொல்லிட்டு நீங்க ஃபோன அப்படியே போட்டுட்டு மறுபடியும் தூங்கலாம்ங்கிற எண்ணமோ?"

"ஸ்டார்ட் பண்ணிட்டியா வினு? உனக்கு மட்டும் தான் இது போன்ற விசித்திரமான ஆசைகள் தோன்றும்".

"இதுக்கே இப்படி சொன்னா எப்படி? இன்னும் நெறய இருக்கே!"

"சரி ஒன்னு ஒன்னா எல்லாமே சொல்லு".

"அதுக்கு முன்னாடி நீங்க அப்படியே பெட்ல இருந்து எழுந்து பிரஷ் பண்ணிட்டு குளிச்சுட்டு வாங்க. நான் லிஸ்ட் ரெடி பண்ணி வைக்கிறேன்".

அன்று ஞாயிற்றுக் கிழமையாயிருந்ததால் காலையிலேயே இருவராலும் வெகுநேரம் உரையாடிக் கொண்டிருக்க முடிந்தது. அவனும் சீக்கிரம் குளித்து சாப்பிட்டுவிட்டு அவளின் ஆசைகளைத் தெரிந்து கொள்ளும் ஆவலில் விரைந்து அவளை அழைத்தான்.

"இப்போ சொல்லு வினு உனக்கென்னென்ன ஆசைகள் இருக்குன்னு".

"நீங்க ஃபர்ஸ்ட்".

"அதெல்லாம் முடியாது வினு. நான் தானே முதலில் கேட்டேன்!"

"அப்போ இன்னைக்கு என்ன தேதி, நாள் இதெல்லாம் மறந்ததற்கு பனிஷ்மெண்ட் உங்களுக்கு. சோ நீங்க தான் ஃபர்ஸ்ட் சொல்லணும்".

"சரி வினு நானே ஃபர்ஸ்ட் சொல்றேன். ஃபர்ஸ்ட் சண்டை கட்டணும்.....ஏன் நம்ம ஒரு வருஷமா சண்டையே போடலன்னு கேட்ட. அதற்கான காரணத்தை முதலில் சொல்கிறேன். தன் குழந்தையைப் போல் எண்ணிப் பார்த்துக் கொள்கிற எந்தப் பெண்ணிடமும் ஓர் ஆண் எப்போதும் சண்டையிட மாட்டான் வினு. அப்படியே கோபித்துக் கொண்டாலும் அந்தக் கோபம் ஒரிரு கணங்கள் மட்டும் தான். அதற்குள்ளாகவே மறைந்து விடும்".

"லவ் யூ அகில்".

"லவ் யூ டூ வினு. அப்புறம் என்ன கேட்ட?

ஆசைகள்...................

பாரதி

எனக்கு உன்னிடம் நம்மைப் பொறுத்தவரை நம் வாழ்க்கைக்கு நிறைய ஆசைகள் இருக்கின்றன வினு. இதை முன்னெப்போதும் நான் கூறாமலிருந்திருக்கலாமே தவிர எனக்கும் நம் விஷயத்தில் சின்னச் சின்ன ஆசைகள் இருக்கவே செய்கின்றன. இன்று கூறுவதற்காகத்தான் இதற்கு முன் எப்போதும் கூற சந்தர்ப்பம் அமையவில்லை எனக் கருதுகிறேன். இதைச் சொல்ல இன்றே சிறந்த நாள் என நினைக்கிறேன்.

முதலில் என் வாழ்க்கையை என் உயிரிலிருந்து உணர்விலிருந்து உன்னுடன் மட்டுமே பங்கிட்டுக் கொள்ள வேண்டுமென்பதிலிருந்து ஆரம்பித்து நிறைய ஆசைகள் வினு. எனக்கு ரொம்பப் பிடிச்ச 'வாய்க்கால் மீன்கள்' புத்தகத்தைக் குறைந்தது இருபது முறையேனும் படித்திருப்பேன். அதை மீண்டும் ஒருமுறை உன்னுடன் ஒன்றாக அமர்ந்து படிக்க, நீ ஷாப்பிங் போகும்போது உன்னுடன் வந்து உனக்குப் பொருத்தமான உடையைத் தேர்வு செய்ய, உன் ஒவ்வொரு பிறந்த நாளன்றும் முதல் வாழ்த்து என்னுடையதாயிருக்க, ஒரு நாள் ஒரே ஒரு நாள் அதிகாலையில் குளிர்த் தென்றல் உள்ளத்தை ஊடுருவ பறவைகளின் இன்னிசையில் மலர்களின் நறுமணங்களோடு யாருமற்ற இருள் சாலையில் உன் கை கோர்த்து நடக்க, எப்போதும் உன் வலிகளையும் வருத்தங்களையும் பகிர்ந்து கொள்ளும் முதல் நபராக நானிருக்க, நீ அழ நேரும் போது என் தோள் தந்து உன் கண்ணீர் துடைத்து உன் கரம் பற்றி நானிருக்கிறேன் என ஆறுதல் கூற, நள்ளிரவு தூக்கம் கலைந்து விழிக்கும் போது குழந்தையின் களங்கமற்ற முகத்தோடு நீ தூங்கிக் கொண்டிருப்பதைப் பார்த்து ரசிக்க, நீ செல்ல விரும்பிய இடங்களுக்கெல்லாம் உன்னை அழைத்துச் சென்று மகிழ்விக்க, உனக்குக் கோலமிட கற்றுத் தர, நீ சமைக்கும் போது செல்லமாக உன்னிடம் சண்டையிட்டுக் கொண்டே உனக்கு உதவிட, வார்த்தைகளிலடங்காத அன்பை உன் மேல் பொழிந்திட, உன் கடினமான நேரங்களில் உனக்குத் துணையாய் உன் பக்கம் நின்றிட, உன் பட்டுப் போன்ற கூந்தலை இழுத்து விளையாட, உனக்குத் தூக்கம் வராத போது கதைகள் சொல்லி உன்னைத் தூங்க வைக்க, உன் கைகளில் மருதாணி இட, நம் எதிர்கால இல்லத்தை உனக்குப் பிடித்த நிறத்தில் பிடித்த வகையில் அமைக்க, மாலை வேளைகளில் இருவரும் பற்பல விஷயங்கள் பேசி மகிழ, இன்னும் இருபது வருடங்கள் ஆனாலும் ஒன்றாக அமர்ந்து சாப்பிட, உன் சிறு குறும்புகளை எப்போதும் ரசிக்க, உன் பிடிவாதங்களில் உன்னிடம் தோற்றுப் போக, உன் சந்தேகங்களை எப்போதும் தெளிவு படுத்த, என் கனவுகளில் கூட உன் முகமும் நினைவுகளும் என்னைச் சூழ, உன்னுடன் சேர்ந்து கோவிலுக்குச் செல்ல, வேண்டுமென்றே உன்னை வம்புக்கிழுக்க, உன் வேலைகள்

எதுவாயிருந்தாலும் அதில் உனக்கு உதவிட, உன் சிறந்த நண்பனாயிருக்க, உன்னையும் உன்னோடு சேர்த்து உன் பெற்றோரையும் காலம் முழுதும் என் பொறுப்பாக எண்ணி கவனித்துக் கொள்ள, நீ ஒரு சிறு விஷயத்துக்கும் முகம் சுளிக்காமல் பார்த்துக் கொள்ள, நீ தூங்கும் நேரம் தவிர்த்து மற்ற எப்போதுமே ஓயாத உன் நான்ஸ்டாப் பேச்சைக் கேட்க, உனக்கு உடம்பு சரி இல்லைன்னா உன்னை ஒரு வேலையும் செய்ய விடாமல் உன் நெற்றியில் முத்தமிட்டு உன்னை உறங்க வைக்க, உன் ஆசை, கனவு, இலட்சியம் என அனைத்தையும் நீ நிறைவேற்ற உனக்கு முழு உதவியாய் இருந்திட, அசல் உன்னைப் போலவே இருக்கும் நம் மகளை குட்டி விணுவை முதன் முதலில் என் கைகளில் ஏந்திட, அதற்கு நடை பழகக் கற்றுத்தர, அதன் விரல் பிடித்து எழுதுவதற்கு சொல்லித்தர, நம் காலங்கள் முழுதும் அதன் முகத்தையே பார்த்துக் கொண்டு அதில் நம் அன்பையும் வாழ்க்கையையும் நிறைத்துக் கொள்ளும் வரை இப்படி ஓராயிரம் ஆசைகள் விணு".

        "..."

"விணு?"

        "..."

அவன் கூறிய அத்தனை ஆசைகளையும் கனவுகளாகவும் நிஜத்தில் நடப்பது போலவும் நினைத்துப் பார்த்துக் கொண்டிருந்தவளுக்கு அது கோடை காலத்து மழையாய் அலாதியான இன்பத்தைக் கொடுத்தது. வார்த்தைகள் தொலைத்துத் தடுமாறினாள்.

"விணு........................"

"சொல்லுங்க அகில். என்ன பேசறதுன்னே தெரியல. இவ்வளவு ஆசைகளா? அதுவும் அகிலனுக்குள்ளயா?"

"இருக்கக் கூடாதா விணு?"

"நான் அப்படி மீன் பண்ணல அகில். நீங்களா? இப்படியா? என ஆச்சர்யம். அதிலிருந்தே நான் இன்னும் மீளவில்லை. அதான் அந்த மாதிரி சொல்லிட்டேன். நீங்க ஒருநாள் கூட இப்படிலாம் பேசுனதோ இந்த மாதிரி ஆசைகள் இருக்குன்னு சொன்னதோ கிடையாது. அதான் அந்த மாதிரி சொல்லிட்டேன்".

"அதான் விணு பசங்க. பாசமும் சரி வலியும் சரி எதையும் வெளியில காட்டிக்க மாட்டாங்க. அதுக்காக அவங்களுக்கு அப்படியெல்லாம் உணர்வுகளே இல்லைன்னு அர்த்தமில்லை".

"எல்லாமே நிறைவேறும் அகில். அதென்ன ஒருநாள்? அதிகாலையயில் ரெண்டு பேரும் வாக்கிங் போனும்ணு. ஏன் டெய்லி வந்தா சார் என்ன ஆகிடுவீங்க?"

"நான் ஒன்னும் ஆக மாட்டேன் விணு. நீ காலையில அவ்ளோ சீக்கிரம் எழுந்தா 365 நாட்களும் கூடப் போகலாம்" என்றான் கேலியாக.

"ஓ மை காட். நீங்க சொல்றதும் சரியாதான் இருக்கு. அதென்ன அதிகாலைலதான் போவீங்களா? இந்த காலை ஒன்பது மணிக்கு மேல ஈவினிங் டைம்லாம் போனா கவர்ன்மெண்ட் வேணாம்ணு சொல்லிருவாங்களோ?"

"அப்போ கூட காலையில சீக்கிரம் எழுந்திருக்கிறது கஷ்டமான செயல்ணு எவ்ளோ அழகா சொல்ற விணு?"

" ....
அதெல்லாம் இருக்கட்டும். அகில் எனக்குக் கோலம் போடத் தெரியாதுன்னு உங்களுக்கு எப்படித் தெரியும்?"

"என்ன விணு சொல்ற? நிஜமாவே உனக்குத் தெரியாதா? நான் சும்மா அந்த ஆசை இருக்குன்னுதான் சொன்னேன்".

"அப்போ நானா தான் ஒளறிட்டேனா?"

"சுத்தம். அப்போ நான் தான் டெய்லி என் கை வண்ணத்தைக் காட்டணுமா?"

"நீங்க உங்க கை வண்ணத்தையும் காட்ட வேண்டாம். கால் வண்ணத்தையும் காட்ட வேண்டாம். அந்தக் கொடுமையெல்லாம் பார்க்க சகிக்காது. அதுக்கு நானே பழகிக்கறது பெட்டர். ஏது? நான்ஸ்டாப்பா பேசறேனா நான்? அவ்வளவு அதிகமாவா நான் பேசறேன் அகில்?"

"நோ விணு" என்று அவன் கூறியவுடன் ஆறுதலடைந்தவள் அவன் முடித்த போது உண்மையிலேயே வியப்படைந்தாள்.

"நோ விணு. தூங்கற எட்டு மணி நேரம் குறையுது. சோ நீ அதிகமாலாம் பேசல. அளவா தான் பேசற. கவலைப் படாத விணு".

"ஆமா பின்ன உங்கள மாதிரி எப்போ பாரு மௌன விரதத்துல இருக்க முடியுமா? உங்களுக்கும் சேர்த்து நான் பேசி ஈக்வல் பண்ணணும்ல".

"சரி தான் விணு. உன்னைப் போன்றவர்கள் பேசாமல் இருந்தால் தான் வெறுமையாக இருக்கும். பேச ஆரம்பித்தாலே வெறுமையான இடமும் நிரம்பி விடும்".

"அப்பாடா அகில் உங்களுக்கு சமைக்கத் தெரியுமா? எனக்குப் பிரச்சினையே இல்லைப்பா".

"ஹ்ம்ம்ம். தெரியும் வினு. ரெண்டு நாள் சாப்டா மூன்றாவது நாள் நீயே சமைக்கறேன்னு சொல்ற அளவுக்கு அருமையா சமைப்பேன்".

"ரெண்டு நாளா? வேணாம் அகில். நல்ல வேளை. இப்போவே நான் கொஞ்சம் உஷாராயிட்டேன். அந்த ஏரியா பக்கமே நீங்க வர வேண்டாம். நானே பாத்துக்கறேன்".

"கூட இருந்து கொஞ்சம் ஹெல்ப் பண்ணலாமேன்னு".

"எதுக்கு? மொளகாப் பொடி எடுங்கன்னா காஃபித் தூள் எடுக்கவா? இந்த ரிஸ்க்கே வேணாம். நீங்க அமைதியா இருந்தா அதுவே எனக்குப் பெரிய உதவி".

"அதெல்லாம் சரி வினு நீ உன் ஆசைகள் பற்றி சொல்லவே இல்லையே! சொன்னா நானும் தெரிஞ்சுப்பேன்".

"சொல்றேன் அகில். ஆனால்...."

"என்ன ஆனால்?"

"இப்போ இல்லை".

'பின்ன எப்போ? நாப்பது வருஷம் கழிச்சா?"

"இல்லை இன்னொரு நாள் சொல்றேன்".

"ஏன் வினு? நாள் நட்சத்திரம்லாம் பார்க்கணுமா இத சொல்றதுக்கு?"

"சொல்றேன் அகில் கண்டிப்பா. ஆனா இப்போ இல்ல. நம்ம கல்யாணத்துக்கு அப்புறம். உங்க பக்கத்துல உட்கார்ந்து உங்க கைய புடிச்சுட்டு உங்க கண்களைப் பார்த்துட்டே எல்லாத்தையும் சொல்றேன்".

"இந்தப் பொண்ணுங்களே இப்படித்தான். தனக்குத் தேவையான விஷயங்களை மட்டும் அடுத்தவர்களிடமிருந்து வாங்கிக் கொள்வார்கள். தப்பித் தவறிக் கூடத் தன் மனதில் உள்ளதையோ, அடுத்தவர்க்கு வேண்டியதையோ கூறவே மாட்டார்கள்".

"பொண்ணுங்களா? அப்படி எத்தன பொண்ணுங்களத் தெரியும் அகிலன் உங்களுக்கு?"

"மகாராணி....... தம்மிடம் பேசி நான் ஜெயிக்க முடியுமா? சரணடைகிறேன். பொதுவா சொன்னேன் வினு. வினு............"

"யெஸ் அகில்".

"ஷக்தியைப் பத்தி என்ன யோசிச்ச?"

"புரியல".

"இந்தக் குழந்தைக்கு எது தான் புரிஞ்சு இருக்கு? எல்லாத்தையும் விளக்கித் தான் சொல்லணும்".

"மொட்டையா ஷக்தியைப் பத்தினா நான் என்ன சொல்லட்டும் அகில்?"

"இப்போ இதப்பத்தி பேசறதுக்கான நேரம் இல்லை. ஆனாலும் ஷக்தியின் விஷயத்தில் நாம் ஷக்திக்குக் கொடுத்திருப்பது ஒரு விதமான தற்காலிக ஆதரவும் தீர்வும் தான். ஷக்தி அந்த கெட்ட கனவிலிருந்து எதார்த்தத்தைப் புரிந்து கொண்டு வெளியில் வந்தது ஷக்தியின் பெற்றோர் உள்பட நம் அனைவருக்கும் மகிழ்ச்சி தான். இதைச் செய்தது நமக்கு ஒரு பெரிய விஷயமோ சாதனையோ அல்ல. ஷக்தியின் வாழ்க்கையில் இனிமேல் நாம் மேற்கொள்ள இருக்கும் செயல் தான் உண்மையிலேயே சவாலானது. நிரந்தரத் தீர்வும் கூட அதுவே!"

"அது என்னது அகில்? நிரந்தரத் தீர்வா? அப்போ அத ஃபர்ஸ்ட் என்னன்னு சொல்லுங்க?"
"ஷக்தியின் திருமணம்".
"என்ன அகில் சொல்றீங்க? இவ்ளோ பெரிய விஷயத்தை ரொம்ப சாதாரணமா கூலா சொல்றீங்க?"
"உன் மனதிலிருக்கும் குழப்பமும் சந்தேகமும் எனக்குப் புரியுது

வினு. ஆனால் நீ ஒரு விஷயத்தை நன்றாகப் புரிந்து கொள்ள வேண்டும். ஷக்திய இதிலிருந்து வெளிய கொண்டு வந்தது நான் முன்னாடியே சொன்ன மாதிரி ஒரு தற்காலிகத் தீர்வு தான். எந்த ஒரு பிரச்சனைக்கும் தற்காலிகத் தீர்வு என்றுமே ஒரு முடிவாகிவிட முடியாது. ஷக்தியின் விஷயத்திற்கும் இது பொருந்தும். ஷக்தியின் திருமணம் மட்டுமே இதற்கு நிரந்தரத் தீர்வாக அமையும். ஷக்தியின் எதிர்கால வாழ்க்கைக்கும் அதுவே நல்லது".

"அவ இப்போ இருக்க மன நிலைமையில இதை எப்படி எடுத்துக்குவான்னே தெரியாதே! அவ ரொம்ப நாள் கழிச்சு இப்போ தான் நிம்மதியாகவும் கொஞ்சம் சந்தோஷமாகவும் இருக்க ஆரம்பிச்சுருக்கா. இப்போ இதப்பத்தி அவகிட்ட பேசி அவ அப்செட் ஆகிட்டா? நாமளே அவளுக்கு சந்தோஷத்தையும் கொடுத்து நாமளே அதைக் கெடுக்கறதுக்கான காரணமாகவும் இருக்கக் கூடாது அகில்".

"நான் தான் இதைப்பத்தி பேச ஆரம்பிக்கும் போதே சொன்னேனே வினு இப்போ இதப்பத்தி பேசறது தப்பா இருக்கலாம்னு. ஐ மீன் கொஞ்சம் அவசரமா இருக்கலாம்னு. நான் இதப்பத்தி தான்

பேசறேனே தவிர ஷக்திக்கு இப்போவே கல்யாணம் பண்ணி வைக்கணும்னு சொல்லல வினு. அதுவுமில்லாம நீ தற்காலிக நிம்மதியப் பெருசா நெனச்சு எதிர்காலத்தைப் பத்தி நிரந்தரமான தீர்வைப் பத்தி யோசிக்காம இருக்க. ஷக்தியோட இப்போ இருக்கற மன நிலைமையை வச்சோ சந்தோஷத்தை வச்சோ எதிர்காலத்தைப் பற்றி யோசிக்காமல் விடுவது சரியாகாது வினு".

"புரியுது அகில். ஆனால் ஷக்திகிட்ட யார் இதப்பத்தி பேசறது? அவளை சம்மதிக்க வைக்கறது? அவ இப்போதான் பெரிய கஷ்டத்திலிருந்து வெளிய வந்துருக்கா. மீண்டும் அதே போன்ற ஒரு விஷயத்தில் அவளால் எப்படி நம்பிக்கை வைக்க முடியும்? அப்படியே நம்ப முடிந்தாலும் அதற்கு சில நாட்களோ மாதங்களோ தேவைப்படுமே அகில்?"

"ஷக்திகிட்ட ஃபர்ஸ்ட் டைம் என்ன பேச சொன்ன. அப்போ நீ முழுசா நம்புனயா வினு ஷக்தியின் மனம் தெளிந்து விடுமென்று? இல்லை என்கிட்ட பேசறதுக்கு முன்னாடி ஷக்திக்கு தான் நம்பிக்கை இருந்திருக்குமா எல்லாம் மாறி விடுமென்று? அவ்ளோ ஏன் என்கிட்ட பேசி முடிச்ச அப்புறம் அவங்களே சொன்னாங்களே எந்த நம்பிக்கையுமில்லாம தான் அகிலன் உங்ககிட்ட பேசுனேன். ஆனா பேசுன அப்புறம் ஒரு தெளிவு கிடைச்சுருக்குன்னு.

அதே மாதிரி தான் மா எல்லாமே ஒருவித நம்பிக்கையும் உள்ளுணர்வும் தான். எந்த ஒரு விஷயத்தையும் செய்வதற்கு முன்னாடி அதைப் பரிபூரணமாக நம்ப வேண்டும். நம்பிக்கையே பாதி வெற்றி வினு. அதுவுமில்லாம ஷக்திகிட்ட யார் பேசறது? எப்போ பேசறது? எப்படி சம்மதிக்க வைக்கறது? இந்த மாதிரியான குழப்பம்லாம் இப்போ உனக்கு வேண்டாம். ஏன்னா ஷக்திக்கு நாளைக்கே கல்யாணம் பண்ணி வைக்கப் போறதில்ல. அது மட்டுமின்றி இதில் நீயோ நானோ நேரடியாக ஷக்தியிடம் இதுபற்றிப் பேசி எதுவும் செய்ய முடியாது. ஷக்தியின் பெற்றோரைக் கொண்டே இந்த விஷயத்தை அணுக முடியும். அணுக வேண்டும்.

தேவைப் பட்டால் நாம் உதவலாமே தவிர இதில் நாம் வேறெதுவும் செய்ய முடியாது. அப்புறம் ஷக்தியின் பெற்றோரின் ஆசையும் இதுவேயாகத்தான் இருக்கும். அவர்களும் இதே மனநிலைமையில் தான் சிந்திப்பார்கள். இதே எண்ண ஓட்டத்தில் தான் இருப்பார்கள். தங்கள் மகள் இந்த விஷயத்தை மறந்து இதிலிருந்து வெளியில் வந்து மகிழ்ச்சியாக இருக்கிறாள் என்பதை விட ஷக்தியின்

வாழ்க்கைக்கு ஒரு நிரந்தரத் தீர்வளிக்கவே அவர்களும் விரும்புவார்கள். தங்கள் மகளும் மற்ற பெண்களைப் போலத் திருமணம் செய்து கொண்டு தன் குடும்பம் குழந்தைகளுடன் மகிழ்ச்சியாக இருக்க வேண்டுமென்றே அவர்களும் ஆசைப்படுவார்கள். பெற்றோர்கள் பார்வையிலிருந்து நியாயமான கடமையும் ஆசையும் கூட அதுவே".

"தெளிவாப் புரியுது அகில். முழுசா நம்பறேன்".

"இப்போதைக்கு இது போதும் வினு. மற்றதைப் பிறகு பார்த்துக் கொள்ளலாம். ஒரே ஒரு உதவி மட்டும் இதில் உன்னுடையதாய் இருக்கும். அதைப் பொறுத்தே இதை ஆரம்பித்து வைக்க முடியும்".

"சொல்லுங்க அகில் கண்டிப்பா பண்றேன். ஷக்திக்குத் தெரியாம நீ அவங்க அப்பா அம்மாகிட்ட இதப்பத்தி பேசணும். ஆனால் நான் சொல்ற வரைக்கும் வெய்ட் பண்ணுமா. அதுக்கு முன்னாடி எதையும் செய்ய வேண்டாம். ஒரு வேலை இது ஷக்திக்குத் தெரிஞ்சுட்டா விளைவு மோசமாயிருக்கும். விபரீதமாகிடும். நாம் எதிர்பார்க்கும் எதுவும் நடக்காமல் போகவும் வாய்ப்புண்டு. இவ்ளோ கஷ்டப்பட்டு ஷக்திய நார்மலாக்கி பழைய மாதிரி கொண்டுட்டு வந்தது எல்லாமே வீணாயிடும்".

"கண்டிப்பா அகில். நீங்க சொல்ற வரைக்கும் அவ அப்பா அம்மாகிட்ட இதப்பத்தி பேச மாட்டேன்".

"எல்லாம் சரிதான் வினு. ஆனால் நீ உன் ஆசைகளை சொல்லவே இல்ல. அதே வருத்தத்தோடு நான் ஃபோன வைக்கறேன்".

"அகில் ப்ளீ...............ஸ் அகில். நமக்குக் கல்யாணம் ஆன பிறகு உரிமையா உங்க வீட்ல உங்க பக்கத்துல உக்காந்து உங்க விரல் கோர்த்து உங்க காதோரம் இதையெல்லாம் சொல்லணும்".

"சரிம்மா உனக்கு எப்போ எப்படி விருப்பமோ அப்போ அதே மாதிரி சொல்லு. நான் காத்துட்டிருக்கேன்".

"தட்ஸ் குட். சரி அகில். லேட் ஆகிடுச்சு. நாளைக்குப் பேசலாம்".
"ஓகே வினு".

இருவரும் தூங்கப் போகும் சமயம் நள்ளிரவாகியிருந்தது. அவன் கூறிய ஆசைகளனைத்தையும் எண்ணிப் பார்த்து நெஞ்சம் மகிழ்ந்து அந்த ஒரு இரவையும் அந்த எண்ண ஓட்டங்களிலேயே கரைத்தாள். நாட்கள் நகராமல் மாதங்கள் உருண்டோடின. வினு வேலையில் சேர்ந்து ஒரு வருடமாக கிட்டத்தட்ட இரண்டு வாரங்கள் இருந்தன. கல்லூரி முடித்து ஒரு வருடமாகியிருந்த நிலையில் அவள் கல்லூரியின் பட்டமளிப்பு விழாவும் நடைபெற இருந்தது.

"ஹாய் அகில்! என்ன பண்ணிட்டு இருக்கீங்க?"

"வீட்ல இருக்கேன் வினு. என்ன விஷயம் சொல்லு?"

"ஏன் சும்மா பேச கால் பண்ண மாட்டேனா? ஏதாவது விஷயம் இருந்தாதான் கால் பண்ணுவேனா?"

"நான் அப்படி சொல்லல வினு? இப்போ என்ன விஷயமா கால் பண்ணியிருக்க. கண்டிப்பா ஏதோ விஷயம் இருக்கு. அது என்னன்னுதான் கேக்கறேன்".

"அது எப்படிதான் கண்டுபிடிக்கறீங்களோ தெரியல. சரி எதுக்குக் கால் பண்ணேன்னா கம்மிங் சன்டே என்னோட கான்வகேஷன்".

"ரொம்ப நல்ல விஷயம் அம்மு. சந்தோஷம்".

"நீங்க கண்டிப்பா வரணும்".

"நானா?"

"ஏன் இழுக்கறீங்க? உங்கள தான வர சொல்ல முடியும்? வேற யார இன்வைட் பண்றது? அட் தி சேம் டைம் என்ன பிளான் பண்ணியிருக்கேன்னா அம்மா அப்பாவையும் வர சொல்லி நம்ம விஷயத்தைப்பத்தி சொல்லலாம்னு இருக்கேன்".

"ரொம்ப நல்லது வினு. மகாராணிக்கு இப்போவாவது இது உதயமாச்சே!" "அகில்........................"

"ஆனால் வினு........................."

"என்ன ஆச்சு அகில்? மறுபடியும் இழுக்கறீங்க? சன்டே ஒர்க் ஏதாவது இருக்கா? இல்ல அப்பா அம்மாவ மீட் பண்றதுல ஏதாவது தயக்கமா?"

"என்ன வினு பேசற நீ? அவங்கள மீட் பண்றதுல எனக்கென்ன தயக்கம்? எதுக்குத் தயக்கம்? இன்ஃபேக்ட் உன்கிட்ட நான் தானே கேட்டுட்டே இருந்தேன் உங்க அப்பா அம்மாகிட்டயும் நம்ம விஷயத்தைப் பத்திப் பேசணும்னு".

"கரெக்ட்தான் அகில். அப்புறம் என்ன?"

"........................."

"சொல்லுங்க".

"நெகட்டிவா பேசறேன்னு நெனைக்காத. இது ஒர்க் அவுட் ஆகும்னு நீ நம்பறியா? எனக்கு இது சரியா வரும்னு தோணல அம்மு. அவங்கள இப்படி காலேஜுக்கு வரவச்சு சொல்றது என்னமோ அவ்வளவு மரியாதையா இருக்கும்னு எனக்குத் தோணல".

"என்ன சொல்றீங்க அகில்?"

"ஆமா வினு யோசிச்சுப் பாரு. நம்ம அவங்க இருக்கற இடத்துக்குப் போய் பேசணும். அவங்கள ஒரு இடத்துக்கு வரவச்சுப்

பேசறது அதுவும் முதல் முறையாக அவர்களை சந்தித்துப் பேசுவது அவ்வளவு நாகரீகமானதாக இருக்காது. அதுவும் எதுவுமே சம்மந்தமில்லாத ஓர் மூன்றாவது இடத்திற்கு".

"...................................."

"என்ன வினு? ஏதாவது வருத்தமா? ஏன் அமைதியா இருக்க?"

"வருத்தம் இல்லை அகில். நான் இந்த மாதிரி யோசிச்சுப் பார்க்கவே இல்லை. அதுவுமில்லாம முதல் முறை இதைப்பத்தி யோசிச்சு அம்மா அப்பாட்ட பேசலாம்னு நினைக்கற அப்போவே தடங்கலா".

"இது தடங்கல் இல்ல அம்மு. நீயே யோசிச்சுப் பாரு. நம்ம அவங்க இடம் தேடித் போனா நல்லா இருக்குமா? இல்ல அவங்கள ஒரு இடத்துக்கு வரவச்சு அங்க நம்ம விஷயத்தைப் பத்தி பேசுனா நல்லா இருக்குமா?"

"சரி அகில் இப்போ என்ன பண்ணலாம்?"

"ஒன்னும் பிரச்சினை இல்லை அம்மு. நமக்கு எந்த அவசரமும் இல்லை. நீ அவங்கள உன் கான்வகேஷனுக்குக் கூட்டிட்டுப் போயிட்டு வா. நான் இன்னொரு நாள் உங்க வீட்டுக்கு வந்து கண்டிப்பா பேசறேன். ஆனால் அது வரைக்கும் நீ அமைதியா இரு".

"அப்போ நீங்க வர மாட்டீங்கள்ளா அகில் கான்வகேஷனுக்கு?"
"சரி வினு, வருத்தப் படாத. நான் வர முயற்சி பண்றேன்".
"அதெல்லாம் இல்லை. கண்டிப்பா வரணும்".
"சரி அம்மு".
"ஏமாத்த மாட்டீங்களே? நான் அன்னைக்கு உங்கள எதிர்பார்த்துட்டு இருப்பேன்".
"ஏமாத்த மாட்டேன் அம்மு. நிச்சயமா வந்துருவேன். வினு இதைப்பத்தி நீ எதுவும் கவலப்பட்டுக்காத. அப்பா அம்மாகிட்ட இதை சொல்ற விஷயத்தை என்கிட்ட விட்டுட்டு நீ நிம்மதியா இரு அம்மு. எல்லாத்தையும் நான் பாத்துக்கறேன்".
"சரி அகில்".

அவனிடம் பேசி விட்டுத் தன் அம்மாவை அழைத்து அவருக்கும் பட்டமளிப்பு விழா பற்றிய விபரத்தைக் கூறி இருவரையும் வருமாறு கூறினாள். அவளின் அன்னையும் அதே ஆவலுடன் எதிர்பார்த்துக் கொண்டிருந்ததால் தாங்கள் இருவரும் வந்து விடுவதாக உறுதி அளித்திருந்தார்.

பட்டமளிப்பு விழாவிற்கு முந்தைய நாள் மாலை மாயா வினுவை அழைத்து,

"வினும்மா என்ன பண்ணிட்டு இருக்க?"

"அதெல்லாம் இருக்கட்டும்மா. நீங்க ரெண்டு பேரும் நாளைக்கு எத்தனை மணிக்கு வருவீங்க?"

"அதுக்கு தான் வினு இப்போ ஃபோன் பண்ணுனேன்".

"என்ன ஆச்சுமா?"

"நம்ம லட்சுமி ஆண்ட்டிக்கு ஓடம்பு சரி இல்லடா. இங்க தான் கோயம்புத்தூர்ல அட்மிட் பண்ணியிருக்காங்க. நேத்துதான் அட்மிட் பண்ணாங்க. அப்பாவும் நானும் நேத்து போய் அவங்களப் பாத்துட்டு வந்தோம். நாளைக்கும் போயிட்டு வரணும்டா. நம்ம ஊர்ல இருக்காங்கடா. நம்ம போய் பாத்து கவனிச்சுக்கலன்னா நல்லா இருக்காது வினும்மா. ப்ளீஸ் செல்லம், வருத்தப் படாதடா. நாங்க வரலனாலும் எங்களோட ஞாபகமெல்லாம் அங்க தான்டா இருக்கும்".

"சரிம்மா".

அவளது அன்னையும் சிறுது மன வருத்தத்துடனேயே அழைப்பைத் துண்டித்தார்.

சிறிது ஏமாற்றமென்றாலும் அவள் மிகுந்த ஆவலுடன் எதிர்பார்த்துக் கொண்டிருந்த அந்த நாளும் வந்தது. தன் பேராசிரியர்கள், நண்பர்கள், தோழிகள், உடன் படித்தவர்கள் என அனைவரையும் கிட்டத்தட்ட ஒரு வருடம் கழித்து சந்தித்த மகிழ்ச்சி இருப்பினும் அவ்வளவு கூட்டத்திலும் அவள் கண்கள் ஒரு நிமிடம் ஒரு வேளை ஏதாவது ஒரு ஆச்சர்யம் நடந்து தன் பெற்றோர் இங்கு வந்து விட மாட்டார்களா எனத் தேடி அவள் உள்ளம் ஏங்கவே செய்தது.

தனக்கென்று யாரும் வராததால் வெகுநேரம் தனியே உட்கார்ந்து கொண்டிருந்தவளைப் பின்னாலிருந்து யாரோ அழைக்கும் சத்தம் கேட்கவே திரும்புவதற்குள் யாரென்று யூகித்து முகத்தில் பூத்த புன்னகையுடன் திரும்பும் போது அகிலன் அவளெதிரே நின்று கொண்டிருந்தான்.

இருவருக்கும் அவர்களது விழிகளில் வியப்பும் மகிழ்ச்சியும் மாறி மாறி படர்ந்தன. வினுவிற்குத் தன் சார்பில் அவன் வந்து விட்டானென்கிற குஷி. அவனுக்கோ தான் கனடாவிலிருந்து வந்திருந்த போது அவளுக்காக முதன் முதலாக வாங்கிப் பரிசளித்திருந்த லைம் கிரீன் புடவையைக் கட்டிக் கொண்டு ரதி போல் நின்றதைக் கண்டு ஆனந்தம்.

"என்ன மேடம்? எப்போவும் மாடர்ன் டிரெஸ்ல இருப்பீங்க. இன்னைக்கு ட்ரெடிஷனல் லுக்ல இருக்கீங்க?'

"இது என்னோட சென்டிமென்டல் திங்க் அகில்".

"சரிங்க. ஷக்தி எங்க?"

"அவ எல்லாரையும் பார்க்கப் போய் இருக்கா".

"ஹவ் ஈஸ் ஷக்தி நௌவ்?"

"நான் சொல்ல மாட்டேன். நீங்களே பார்த்துத் தெரிஞ்சுக்கோங்கப்பா".

வினுவின் சற்றே வில்லங்கமான இந்த பதில் அகிலனைக் குழப்பமடையச் செய்தாலும் ஷக்தியைப் பார்த்ததும் அந்தக் குழப்பம் நீங்கியது. ஷக்தியும் சிறிது நேரத்தில் வந்து அவர்களுடன் சேர்ந்து கொண்டாள். பிறகு மூவரும் சிறிது நேரம் பேசிக் கொண்டிருந்தனர். ஷக்தி அனைத்தையும் மறந்து இயல்பாகப் பழகிப் பேசுவதைப் பார்க்கும் போது அவனுக்கும் ஆறுதலாகவே இருந்தது.

பிறகு சிறிது நேரத்தில் பட்டமளிப்பு விழாவும் தொடங்கியது. ஒவ்வொரு மாணவரின் பெயரும் வாசிக்கப்பட்டுக் கொண்டிருக்கும் போது திடீரென அழத் தொடங்கிய வினுவைப் பார்த்து இருவருமே அதிர்ந்தனர்.

"என்ன ஆச்சு வினு?" என இருவருமே ஏக காலத்தில் கேட்க,

"எல்லாருக்கும் அவங்க அம்மா அப்பா வந்துருக்காங்க. எனக்கு மட்டும் வரல".

"நான் வந்துருக்கேன்ல வினு. கண்டிப்பா என்னால அந்த இடத்தை நிரப்ப முடியாது. ஆனாலும் என் வேலையை விட்டுவிட்டு இன்னைக்கு உனக்காக மட்டும் தான வினு வந்துருக்கேன்".

"............................."

"இங்க பாரு வினு, அங்கிளும் ஆன்ட்டியும் வேணும்னே வராம இல்ல. அவங்க சூழ்நிலை அந்த மாதிரி ஆகிடுச்சு. உண்மைய சொல்லப் போனா உன்ன விட அதிகமா அவங்க ஆசைப்பட்டு எதிர்பார்த்து இருப்பாங்க. எப்போவும் நீ அடுத்தவங்க சூழ்நிலையையும் கஷ்டத்தையும் புரிஞ்சு நடந்துப்பயே வினு. உனக்கு இன்னைக்கு என்ன ஆச்சு?" என ஷக்தியும் எடுத்துக் கூற சற்றே ஆறுதல் அடைந்தவளாய் வினு மனதைத் தேற்றிக் கொண்டாள்.

வினுவின் பெயரை அழைத்ததும் அவள் மேடையிலேறி அதை வாங்குவதைப் பெருமையுடனும் அவளை விட இரு மடங்கு அதிக உற்சாகத்துடனும் அகிலன் ரசித்துக் கொண்டிருந்தான். கான்வகேஷன்

முடிந்ததும் அங்கிருந்த அனைவரிடமும் கூறிவிட்டு விடை பெற்றுக்கொண்டு வெளியில் வந்ததும்

"ப்ளீஸ் அகில் இன்னைக்காவது ரெங்கநாத சுவாமி கோவிலுக்குப் போய்ட்டு வரலாமே!" ஏற்கனவே ஒரு முறை அவள் கேட்டு அதை நிறைவேற்ற முடியாமல் போனதற்காக வருந்தியவன்

"சரி வினு போய்ட்டு வரலாம். என்றான்.

அந்த முன் அந்தி வேளையில் கோவிலின் இனிய ஓசைகளும், அந்த இடத்திற்கே உண்டான வாசனைகளும் இருவருக்கும் சொர்க்கத்திலிருப்பதைப் போன்ற உணர்வை அளித்தன. கடவுளை வணங்கி அங்கிருந்த சிற்பங்களை ரசித்து விட்டுக் கோவில் பிரகாரத்தை சுற்றி வந்து சிறிது நேரம் அமர்ந்திருந்து விட்டுப் பின் இருவரும் அங்கிருந்து கிளம்பினர்.

அவளைப் பேருந்தில் ஏற்றி விட்டுவிட்டு அவன் தன் வீட்டிற்குக் கிளம்ப, அவளோ வழி முழுதும் அன்று நடந்த நிகழ்வுகளை அசை போட்டு அதனுடனேயே பயணப் பட்டாள். நினைவுகளை சுமக்கும் பயணங்கள் என்றுமே தூரத்தையும் பயண நேரத்தையும் குறைக்கின்றன.

அதற்குப் பின் ஒரு நாள் அலுவலகம் முடிந்து விடுதிக்கு வந்து அவனுடன் பேசிக் கொண்டிருக்கும் போது தன் பெற்றோரிடம் தங்கள் விஷயத்தைப் பற்றி அவள் பேச இருப்பதை அவனிடம் கூறினாள்.

"ஹாய் அகில்! எங்க இருக்கீங்க்?"
"நான் வீட்டுக்கு வந்துட்டேன் வினு. சொல்லு என்ன விஷயம்?"
"அம்மா அப்பாகிட்ட நம்ம விஷயத்தைப் பற்றிப் பேசலாம்னு இருக்கேன்".
"தாராளமா வினு".
"அடுத்த மாதம் ஊருக்குப் போலாம்னு இருக்கேன் அகில் இதற்காக".
"சரி வினு. வீட்டுக்குப் போய்ட்டு அம்மா அப்பாட்ட சொன்ன அப்புறம் என்ன நடந்தாலும் வருத்தப்படாத, அழாத. நீ இதை சொல்லும் போது அவங்களுக்குக் கண்டிப்பா ரொம்பப் பெரிய அதிர்ச்சியாத்தான் இருக்கும். நீ அவங்க எடத்துல இருந்து அவங்க சூழ்நிலையில இருந்து கொஞ்சம் பொறுமையா யோசிச்சுப் பாரு. உனக்கே நல்லாப் புரியும். எந்த அம்மா அப்பாவுக்கும் தன் குழந்தைகளோட எதிர்காலம்னு வரும் போது அதிலும் திருமணம்னு வரும் பொழுது முக்கியமா பொண்ணுங்கன்னா அதிக கவனமும் முன்னெச்சரிக்கையும் அதே

சமயம் பயமும் இருக்கும். அதுலயும் நீ போய் நான் ஒருத்தர விரும்பறேன்னு சொன்னா அவங்க மன நிலைமையையும் கொஞ்சம் யோசிச்சு நிதானமா பொறுமையா ஹேண்டில் பண்ணு வினு.

அதே சமயம் லவ் பண்றது ஒன்னும் இந்த உலகத்துல அவ்ளோ பெரிய குற்றமோ, பாவமோ இல்ல. அதுக்காக நீ குற்ற உணர்வோடு இருக்க வேண்டிய அவசியம் இல்லை. இப்போ வரைக்கும் நம்மள சேர்ந்தவங்க யார் மனதும் கஷ்டப் பட்றக் கூடாதுன்னும் நம்ம ரெண்டு பேர் அம்மா அப்பாவும் சம்மதிச்சு அவங்க சந்தோஷமா ஆசீர்வாதம் பண்ணி நம்ம வாழ்க்கையை ஆரம்பிக்கணும்ன்னு தான் இவ்ளோ நாளா போராடிட்டு இருக்கோம். அதனால உனக்கு மனசுல எந்தக் குழப்பமும் வேண்டாம். நீ சொன்ன உடனே நிச்சயமா அவங்களுக்கு இது ஷாக்கிங்காதான் இருக்கும். உடனே சம்மதிக்கலனாலும் அவங்களே நிதானமா நீ சொன்னதைப் பத்தி யோசிச்சுப் பார்ப்பாங்க. நாம தான் அதற்குண்டான நேரத்தையும் அவங்களுக்குத் தரணும். சோ நீ உடனே எந்த விதமான பாசிட்டிவ் ரெஸ்பான்சையும் அவங்ககிட்ட எதிர்பார்க்கக் கூடாது அம்மு. எந்த ஒரு முடிவெடுக்கவும் அவங்களுக்கு எல்லா உரிமைகளும், தகுதியும் உண்டு. அவங்க என்ன சொன்னாலும் எப்படி ரியாக்ட் பண்ணுனாலும் நீ எதற்கும் கலங்கக் கூடாது. நான் இருக்கேன் உனக்கு. நீ இந்த விஷயத்தை அவங்ககிட்ட சொன்ன பிறகு எது நடந்தாலும் அதன் விளைவு எவ்ளோ மோசமாயிருந்தாலும் அத நான் சரி பண்றேன் அம்மு".

"சரி அகில் இதெல்லாம் நீங்க சொல்லணுமா? நான் என்ன சின்னக் குழந்தையா? ஊருக்குப் போய் பேசப்போற என்ன விட நீங்க தான் ரொம்ப பதட்டமா இருக்கீங்க போல?"

"பதட்டம் இல்ல அம்மு. நீ இதை எப்படி ஹேண்டில் பண்ணுவேன்னு எனக்கு நல்லாத் தெரியும். எனக்கு அந்த விஷயத்துல உன் மேல முழு நம்பிக்கை இருக்கு. அதைப் பொறுத்த வரையில் ஒரு துளியும் பயமோ சந்தேகமோ இல்லை. சொன்னாலும் சொல்லாட்டாலும் நீ எனக்கு எப்போவுமே குழந்தை தான் அம்மு".

"அப்போ இந்தக் குழந்தைக்குத் தாலாட்டுப் பாடித் தூங்க வையுங்க".

"நோ வினு. எஸ்.பி.பி.க்கோ யேசுதாசுக்கோ நான் டஃப் பைட் குடுக்க விரும்பல. சோ நீ கேட்டதுக்காகப் பண்றேன். ஆனால் நம் கல்யாணத்திற்குப் பிறகு".

"ஒரு தாலாட்டுக்குக் கல்யாணம் வரைக்கும் காத்திருக்கணுமா?"

"கண்டிப்பா வினு. நல்ல விஷயங்களுக்குக் காத்திருக்க வேண்டும். கிரேட் திங்ஸ் வில் டேக் டைம்னு பெரியவங்க சும்மாவா சொல்லியிருக்காங்க. பொறுமை முக்கியம் மகாராணி அவர்களே!"

"சரி அகில் வெய்ட் பண்றேன்".

"தட்ஸ் மை கேர்ள். வினு ஒரு முக்கியமான விஷயம். ஷக்தி இப்போ ஆல்ரைட் தானே? பாஸ்ட் பத்தி எந்தப் பிரச்சினையும் இல்லையே?"

"எல்லாமே ஓகே தான் அகில். அவ கம்ப்ளீட்டா நார்மல் ஆகிட்டா. ஏன் கேக்கறீங்க அகில்?"

"நம்ம அவங்க அம்மா அப்பாட்ட இப்போ ஷக்தி கல்யாணத்தைப் பத்திப் பேசுனா சரியா இருக்கும்னு தோணுது".

"இப்போனா?"

"இனிமே. நம்மளே இவ்ளோ யோசிச்சுருக்கோம். இந்நேரம் கண்டிப்பா அவங்க இதைப்பத்தி யோசிச்சுருப்பாங்க. ஆனால் இதுக்கு ஷக்தியோட ரியாக்ஷன் என்னவா இருக்கும்னு தான் யூகிக்க முடியல. ஷக்தி என்ன தான் நார்மலா இருந்தாலும் இந்த விஷயம் தெரிய வரும்போது இதப்பத்தி பேசும்போது எப்படி எடுத்துப்பாங்கன்னு தெரியல. இருந்தாலும் ஷக்தியோட நல்லதுக்காக நாம இதை ஆரம்பிச்சுதான் ஆகணும்".

"எல்லாம் சரிதான் அகில். எப்போ எப்படி ஸ்டார்ட் பண்றது?"

"முக்கியமான விஷயம். இதை ஆரம்பிக்கும் போது ஷக்திக்கு இதைப்பத்தி எதுவும் தெரிய வேண்டாம். அவங்க அம்மா அப்பாகிட்ட பேசிட்டு ஷக்திக்குக் கன்வே பண்ணிக்கலாம்".

"ஓகே அகில்".

"நீ நாளைக்கு ஈவினிங் ஆஃபிஸ் முடிச்சுட்டு ரூமுக்கு வந்துட்டு அவங்க அம்மாக்குக் கால் பண்ணி இதப்பத்தி பேசி அவங்க இது வரைக்கும் ஏதாவது இந்த விஷயத்தைப் பத்தி யோசிச்சுருக்காங்களான்னு கேட்டுத் தெரிஞ்சுக்கோ. அவங்க சொல்ற பதில வச்சு நாம மேற்கொண்டு என்ன பண்றதுன்னு பார்த்துக்கலாம்".

"சரி அகில். அப்போ நாளைக்கு நான் சீக்கிரம் வேலைய முடிச்சுட்டு ஷக்தி வருவதற்கு முன்னாடி ரூமுக்கு வந்துட்டு அவங்ககிட்ட பேசிடறேன்".

"சரி வினு. நீ அவங்ககிட்ட பேசிட்டு எனக்கு சொல்லு. நாம அதுக்கப்புறம் என்ன பண்ண முடியும்னு பாக்கலாம்".

"ஓகே அகில்".

அடுத்த நாள் அவள் அலுவலக வேலைகளை சீக்கிரம் முடித்துக் கொண்டு தன் விடுதிக்கு வந்து ஷக்தியின் அம்மாவை அழைத்துப் பேசினாள். முதலில் சற்று தயங்கினாலும் பிறகு தன் தோழியின் எதிர்காலத்திற்குத் தானே என்று எண்ணி எப்போதும் போல இயல்பாகப் பேசத் தொடங்கினாள்.

"ஹலோ அம்மா நான் வினு பேசறேன். எல்லாரும் எப்படி இருக்கீங்க?"

"நாங்க நல்லா இருக்கோம்மா. நீ எப்படி இருக்க? நீ அங்க இருக்கற நம்பிக்கையில் தான் வினு நாங்க ஷக்திய அங்க விட்டுட்டு இங்க நிம்மதியா இருக்கோம்".

"கவலைப் படாதீங்கம்மா. ஷக்தி இப்போ முழுசா மாறிட்டா. பழைய ஷக்தியா அவ நம்மகிட்டயே திரும்ப வந்துட்டாமா. அவளப் பத்தி நீங்க இனி வருத்தப்பட வேண்டாம். நான் அதுக்காகத்தான் இப்போ ஃபோன் பண்ணேன்".
"என்ன வினு சொல்ற?"

"ஷக்திகிட்ட நீங்க அவ கல்யாணத்தைப் பத்தி இது வரைக்கும் எப்போவாவது பேசியிருக்கீங்களாம்மா?"

"என் நெஞ்சில் பால வார்த்த வினு. நானே உன்கிட்ட இதைப்பத்தி பேசணும்னு நெனச்சுட்டு இருந்தேன். ஆனா எப்படி ஆரம்பிக்கறதுன்னு தெரியாம தான் தயங்கிட்டு இருந்தேன் வினு".

"அப்போ நீங்க இது வரைக்கும் ஷக்திகிட்ட பேசல. இனிமே நீங்க அவகிட்ட பக்குவமா இந்த விஷயத்தைப் பத்தி எடுத்து சொல்லி அவளுக்குப் புரிய வையுங்கம்மா".

"ஆனா அவ இத எப்படி எடுத்துக்குவான்னு தெரியலயே வினு. அதுவுமில்லாம அவ இப்போதான் கொஞ்சம் கொஞ்சமா அந்தப் பழைய கசப்பான விஷயங்கள் எல்லாத்தையும் மறந்துட்டு நிம்மதியா இருக்கா. நம்ம இந்த நேரத்துல இதப்பத்திப் பேசி மறுபடியும் அவ மனச கஷ்டப் படுத்திட்டா? அதனாலதான் அப்பாவும் நானும் இன்னும் இந்த விஷயத்தைப் பத்தி ஷக்திகிட்ட பேச ஆரம்பிக்கல".

"நீங்க சொல்றது எனக்குப் புரியுதும்மா. உங்களுக்கு இருக்கறது நியாயமான பயம்தான். இப்போ நீங்க அவகிட்ட பேச மட்டும் தான் போறீங்க. நம்ம ஒன்னும் உடனே அவளுக்குக் கல்யாணம் பண்ணி வச்சுடப் போறதில்ல. அவ மனசுல என்ன ஓடிட்டு இருக்கு? கல்யாணம் பண்ணிக்கறதப் பத்தி அவளோட அபிப்பிராயம் என்ன? இதெல்லாம்

தெரிஞ்சுக்கறதுக்காக மட்டும் தான் அவகிட்ட நம்ம பேசப் போறேம்மா. இந்த விஷயங்களைக் கேட்ட அப்புறம் அவ என்ன சொல்றா, எப்படிப் பேசறா இதெல்லாம் வச்சு நாம அடுத்து என்ன பண்ணலாம்னு யோசிக்கலாம்மா".

"சரி வினு".
ஷக்தியின் வயதை ஒத்தவளாயிருந்தாலும் எவ்வளவு பக்குவமாய் பேசுகிறாள் என்று நினைக்க வைத்த வினுவின் வார்த்தைகள் அவருக்கு ஓரளவு ஆறுதலையும் நம்பிக்கையையும் அளித்தன.

அந்த வார இறுதியில் ஷக்தி ஊருக்கு வந்திருந்த போது இதற்காகவே காத்துக் கொண்டிருந்த அவள் அம்மா இந்த விஷயத்தைத் தாமரை மலர் இதழ்கள் விரிப்பதைப் போன்று மிகவும் அமைதியாகவும் நிதானமாகவும் அவளிடம் பேச ஆரம்பித்தார்.

"ஷக்தி அப்பாவும் நானும் உன்கிட்ட ஒன்னு கேக்கணும்".
"என்னதும்மா?"
"நீ எப்போ கல்யாணம் பண்ணிக்கலாம்னு இருக்க?'
இதை சற்றும் எதிர்பாராத ஷக்தி திடுக்கிட்டாள்.
"இப்போ எதுக்கும்மா அதெல்லாம்? அதுக்கு இன்னும் டைம் இருக்கு".

"நான் உன்ன இப்போவே கல்யாணம் பண்ணிக்க சொல்லல ஷக்தி. இதுல உன்னோட விருப்பம் என்னன்னு தான் கேக்கறேன். இது முழுக்க முழுக்க நீ சம்மந்தப்பட்ட விஷயம். இதில் நாங்கள் எங்கள் கருத்துக்களை உன்மேல் திணிக்கப் போவதில்லை. உன்னைக் கட்டாயப் படுத்தி எதுவும் செய்யப் போவதில்லை.

மனித மனமும் சட்டென்று மாறிக் கொள்ளக் கூடிய, மாற்றிக் கொள்ளக் கூடிய கருவிகளைப் போலிருந்திருந்தால் மனிதர்க்குத் துன்பம் என்ற ஒன்று இருந்திருக்காது ஷக்தி. உன் நிலைமையையும் மனத்தில் வைத்தே நான் இதைப் பேசுகிறேன். உன் விருப்பத்திற்கு மாறாக நாங்கள் எதுவும் செய்யப் போவதில்லை".

'அம்மா கத்திப் பேசியிருந்தாலோ அதிகாரம் செய்திருந்தாலோ நாமும் அதை எளிமையாக மறுத்திருக்கலாம். கல்யாணம், குடும்பம் அதைப் பற்றியெல்லாம் நான் யோசிக்க விரும்ப வில்லை எனப் பிடிவாதம் பிடித்திருக்கலாம். ஆனால் அவரோ இதில் எதற்கும் இடம்

கொடுக்காமல் ஆயுதங்களின்றி போரில் எளிமையாக சாதுர்யமாக வென்று விட்டார்'.

என்ன செய்வது என்று யோசித்துப் பின்னர்,

"எனக்கு ஒரு வருடம் அல்லது இரண்டு வருடங்கள் டைம் வேணும்மா. நான் பழைய விஷயங்களை முழுமையாக மறந்து விட்டேன் என்பது எந்த அளவுக்கு உண்மையோ அதே அளவிற்கு உண்மை நான் என் கல்யாணத்தைப் பற்றியெல்லாம் யோசிக்க வில்லையென்பதும். அதனால எனக்கு டைம் வேணும்மா இதைப் பத்தி யோசிக்க".

இதைப் பற்றித் தன் மகளிடம் பேசிய பிறகு அவரோ 'கல்யாணமா? எனக்கா? நான் அதைப் பற்றியெல்லாம் யோசிக்க வில்லை. என் வாழ்நாளில் இனிமேலும் யோசிக்கப் போவதில்லை. அதனால் இந்தப் பேச்சை இனி எப்போதும் எடுக்க வேண்டாம்'. என்பது போன்ற பதில்களைத் தான் தன் மகளிடம் தான் பேசுவதற்கு முன் எதிர்பார்த்திருந்தார்.

ஷக்தியோ அவர் சற்றும் எதிர்பாராத பதில்களைக் கூறிய உடன் சற்றே வியப்படைந்தார். இன்னும் தெளிவாகக் கூற வேண்டுமென்றால் அவரின் நம்பிக்கையும் மகிழ்ச்சியும் கொஞ்சம் அதிகரித்திருந்தன. மொத்தத்தில் அவர்களின் உரையாடல் எதிர்பாராத கேள்விகளோடும் பதில்களோடும் நிறைவு பெற்றிருந்தது.

அவளிடம் பேசி முடித்ததும் அதே மகிழ்ச்சியோடு ஷக்தியின் தாயார் வினுவிற்கு அழைத்து நடந்ததை அவளிடம் சொல்ல அவர் கூறி முடித்ததும் அவள் உடனே அகிலனுக்கு அழைத்து விஷயத்தைத் தெரிவித்தாள்.

"என்ன வினு சொல்ற? ஷக்தி இதுக்கு ஒத்துக்கிட்டாங்களா?"

"கிட்டத்தட்ட அப்படித்தான் அகில். அவ பேசுனதப் பாத்தா அப்படித்தான் தோணுது. ஷக்தியோட அம்மா அந்த மாதிரி தான் சொன்னாங்க".

"ரொம்ப சந்தோஷம் வினு. நாம நெனச்ச அளவுக்குப் பிரச்சினை இல்லாம இந்த விஷயம் சுலபமா முடிஞ்சுடுச்சு".

"ஆமா அகில், அவ மனசுல எந்தக் குழப்பமும் சலனமும் இல்லாம தெளிவா இருக்கான்னு இப்போ முழுசா நம்ப முடியுது".

"அது தான் வினு நமக்கு வேணும். அது தான் ஷக்தி உள்பட எல்லாருக்குமே நல்லது".

"சரி அகில், ஷக்தி நேத்தே ஊருக்குக் கிளம்பிட்டா. நான் இன்னைக்குக் கிளம்பலாம்னு இருக்கேன். நைட் பத்து மணிக்கு பஸ். நாளைக்கு அம்மா அப்பாட்ட நம்ம விஷயத்தைப் பத்தி கண்டிப்பா பேசிடறதுன்னு முடிவு பண்ணிட்டேன்".

"நல்லது வினு".
"அவ்ளோ தானா அகில்? ஒரு ஆல் தி பெஸ்ட் கூட இல்லையா?"
"என்ன வினு? நீ எக்ஸாம் எழுதப் போறியா என்ன?"
"அதுக்கு மட்டும் தான் ஆல் தி பெஸ்ட் சொல்லணுமா என்ன? போங்க ஒரு ஆல் தி பெஸ்ட் இல்ல. ஒரு அட்வைஸ் இல்ல, என்கரேஜ் பண்ற மாதிரி ஒரு நாலு வார்த்தை இல்ல".

"அம்மு இதுல எதுவுமே உனக்குத் தேவையில்லைன்னு எனக்கு நல்லாத் தெரியும். அப்புறம் எதுக்கு இதெல்லாம்?"
"இருந்தாலும்.................."
"இருந்தாலும் என்ன வினு? நீ இதை எவ்ளோ பக்குவமா ஹேண்டில் பண்ணுவேன்னு எனக்குத் தெரியும். உன்னவிட உன் மேல எனக்கு அதிக நம்பிக்கை இருக்கு வினு. ஆனா ஒரே ஒரு விஷயம். ஏற்கனவே நான் சொல்லியிருக்க மாதிரி எது நடந்தாலும் நீ வருத்தப்படக் கூடாது. நான் இருக்கேன், நான் பாத்துக்கறேன்".

"சரி அகில். நீங்க இருக்கும் போது எனக்கு என்ன கவலை?"
"பயமா இருக்கா வினு?"
"எதுக்கு அகில்?"
"அம்மா அப்பாகிட்ட இதை எப்படி ஆரம்பிக்கப் போறோம்னு".
"அதுக்கெதுக்கு அகில் பயம்? அதெல்லாம் எதுவுமே கிடையாது. நம்ம லவ் எனக்கு அந்த நம்பிக்கையையும் தைரியத்தையும் கொடுத்து இருக்கு".
"சரி அம்மு. வீட்டுக்குப் போயிட்டு மறக்காம கால் பண்ணு. பார்த்துப் பத்திரமா போய்ட்டு வா வினு. ஆல் தி பெஸ்ட் அம்மு".
"அப்பாடா இப்போவாவது சொன்னீங்களே! ரொம்ப சந்தோஷம்".

அவளிடம் வார்த்தையில் தான் கூறி விட்டானே ஒழிய அவளை விட அவனுக்கு சற்று பயமாகவே இருந்தது. வினு மேல் வைத்திருந்த நம்பிக்கையில் எந்த மாற்றமும் இல்லை. ஆனாலும் 'அவள் இதை எப்படித் தன் பெற்றோரிடம் ஆரம்பிக்கப் போகிறாள்? இதற்கு அவர்ளின் பதில் என்னவாக இருக்கும்? அதை அவள் எப்படி எடுத்துக் கொள்ளப் போகிறாள்?' என்றெண்ணிய போது அவன் மனம் சற்று தெளிவில்லாமலேயே இருந்தது.

அன்றிரவு கிளம்பி மறுநாள் காலை வினு தன் இல்லத்தை அடையும் போது மணி ஏழாகியிருந்தது. அவளைப் பார்த்ததுமே மாயா,

"என்ன வினு இந்த வாரம் வந்து இருக்கே? சொல்லக் கூட இல்ல. உடம்பு ஏதும் சரி இல்லையா? சும்மா வந்து இருக்கயா? இல்ல ஏதேனும் விஷயமா வினு?" இப்படிக் கேள்விகளை அடுக்கிக் கொண்டே போக பார்த்திபனுக்கு சற்று கோபம் வரவே

"பாப்பா இப்போ தான் வந்திருக்கு. வந்ததும் வராததுமா ஏன் இத்தனை கேள்வி கேக்கற?"

"அது இல்லைங்க, எப்போவுமே முன்னாடி நாள் ஃபோன் பண்ணிட்டுதான வருவா? இந்த வாரம் வரேன்னு சொல்லக் கூட இல்லயே! இன்னைக்கு நைட் கிளம்பிருவாளா? இல்ல ரெண்டு நாள் இருப்பாளா? அப்படின்னா ஆஃபிஸ் லீவா இல்ல இவ லீவ் போட்டுட்டாளான்னு தெரியாம ஒரே குழப்பமா இருக்கு. அதையெல்லாம் தெரிஞ்சுக்கலாமேன்னு தான் கேட்டேன்".

"எதுவாயிருந்தால் தான் என்ன? அது குளிச்சுட்டு சாப்பிடட்டும் அப்புறமா கேட்டுக்கலாம்".

".."

"வினு போய் குளிச்சுட்டு சாப்புட்டு ரெஸ்ட் எடு".

"சரிப்பா".

அவள் குளித்து விட்டு வந்தவுடன் மூன்று பேரும் ஒன்றாக அமர்ந்து சாப்பிட்டு முடித்த உடன் சிறிது நேரம் கழித்து வினு இருவரையும் அழைத்து

"உங்க ரெண்டு பேர் கிட்டயும் ஒரு முக்கியமான விஷயம் பேசணும்மா". என்றாள். எவ்விதக் குறிப்பும் கிடைக்காமல் மாயா திகைத்துப் போனார்.

"நீ இப்படிலாம் பேச மாட்டியேடா! வெளிப்படையா இது தான் விஷயம்னு சொல்லுவ. இது என்ன புதுசா இருக்கு? சரி பரவாயில்லை, சொல்லும்மா என்ன விஷயம்? முக்கியமான விஷயம்னு வேற சொல்ற?" என்று பார்த்திபன் கேட்க அவள் சுற்றி வளைத்துப் பேசாமல் நேரடியாக விஷயத்தைக் கூறினாள்.

"அப்பா நான் ஒருத்தர விரும்பறேன். உங்க ரெண்டு பேர் சம்மதத்தோட அவரக் கல்யாணம் பண்ணிக்க ஆசைப்படறேன் அப்பா".

அது வரையில் மௌனமாய் கேட்டுக் கொண்டிருந்த மாயா அவளின் கடைசி வார்த்தைகளைக் கேட்டதும் நிலை குலைந்து உடைந்து அழ ஆரம்பித்தார். இதையெல்லாம் ஏற்கனவே

எதிர்பார்த்திருந்த வினு சற்றும் கலங்காமல் அவரை சமாதானப் படுத்த ஆரம்பித்தாள்.

"அம்மா எதுக்கு இப்போ அழறீங்க? காதலிக்கறது ஒரு இயல்பான விஷயம். யாருக்கும் யார் மேலயும் எப்போ வேண்டுமானாலும் காதல் வரலாம். காதலிக்கறது ஒன்னும் அவ்ளோ பெரிய குற்றம் இல்லம்மா. இந்த உலகத்துல யாரும் எதிர்பார்த்தோ, காத்திருந்தோ, யாரிடமும் அனுமதி வாங்கியோ காதல் வருவதில்லை. இதெல்லாம் இயல்பான உணர்வுகள். எனக்கும் அப்படித்தான். ஆனா நான் இனி ஆரம்பிக்கப் போற வாழ்க்கை உங்க ரெண்டு பேர் சம்மதத்தோடயும், ஆசீர்வாதத்தோடயும் அமையணும்னு ஆசைப்படறேன். அதுக்காக எத்தனை வருடம் ஆனாலும் காத்திருக்கத் தயாரா இருக்கேன்".

அவர் அழுகையில் வினு பேசியதில் பாதி புரிந்தும் பாதி தன் மூளை உள்வாங்கிக் கொள்ள மறுத்தும் முற்றிலும் உடைந்து விட்டார் மாயா. அது வரை தன் மகள் பேசியவற்றைக் கூர்ந்து கவனித்துக் கொண்டிருந்த பார்த்திபன் உண்மையைக் கூறப் போனால் ஒரு நொடி தன் மகளை உள்ளூர மெச்சினார்.

தன் மகளா இவ்வளவு பக்குவப்பட்டு விட்டாளென்று. இருபத்தி இரண்டு வருடங்களாக ஒரு குழந்தையைப் போலவே வளர்த்து விட்ட, வளர்ந்து விட்ட தன் மகளா இப்படி ஒரு முக்கியமான விஷயத்தில் முடிவெடுத்து விட்டு வந்து அதைத் தங்களிடம் இவ்வளவு பக்குவமாக எடுத்துக் கூறி புரிய வைக்க முயன்று கொண்டிருக்கிறாளென்று. பார்த்திபனுக்குத் தன் கண்களையே நம்ப முடிய வில்லை. பாவாடை சட்டை அணிந்து தன் கை விரல் பிடித்து நடந்து கொண்டிருந்த ஐந்து வயது வினுவா இன்று இப்படி பேசிக்கொண்டிருக்கிறாளென்று உணரவே அவருக்கு சில மணித் துளிகள் ஆயிற்று.

ஒரு சிறு மௌனத்திற்குப் பின் அவர் வினுவிடம் நிதானமாக,
"வினும்மா எப்போதிலிருந்து உனக்கு அந்தப் பையனைத் தெரியும்மா?"
"காலேஜ் ஃபைனல் இயர் படிக்கறப்போல இருந்து தெரியும்ப்பா."
"அப்போ ஏன் இதை முன்னாடியே எங்ககிட்ட சொல்லல வினு?" என்று அழுகை கலந்த ஆத்திரத்துடன் மாயா கேட்க பார்த்திபன்,
"நான் தான் கேட்டுட்டு இருக்கேன்ல அமைதியா இரு" என்று அவரையும் சமாதானப் படுத்தி வினுவிடம் கேட்கத் தொடங்கினார்.

அத்தனை கலவரத்திலும் மாயாவின் கேள்விக்கு வினு பதில் கூற மறக்க வில்லை.

"எப்படிம்மா படிச்சுட்டு இருக்கும் போது எனக்குன்னு ஒரு வேலை ஒரு சம்பாத்தியம் இல்லாதப்போ என்னப் பெத்தவங்களாவே இருந்தாலும் உங்க கிட்ட வந்து என்னால கேக்க முடியும்? நீங்க என்னோட அம்மா அப்பா தான். ஆனாலும் என்னால என்னோட சுய மரியாதைய விட்டுட்டு எப்படி வந்து உங்க கிட்ட உங்க முகத்தைப் பார்த்து என்னால கேட்டிருக்க முடியும்? கண்டிப்பா முடியாதும்மா. அதனால தான் நான் ஃபர்ஸ்ட் சுயமா முடிவெடுக்கற அளவுக்கு என்னோட தகுதியை வளர்த்திக்க நினைச்சு வேலைக்குப் போக ஆரம்பிச்சேன். நம்ம பொண்ணு ஒரு முடிவெடுத்தா அது தப்பாப் போகாதுங்கற நம்பிக்கைய உங்களுக்குக் குடுக்கத் தான் இவ்ளோ நாள் போராடுனேன்".

வினுவின் வார்த்தைகள் பார்த்திபனை மேலும் பூரிப்படையச் செய்தன.

"அந்தப் பையன் பேர் என்னம்மா?"

"அகிலன் பா".

"அகிலன் அதற்கு என்ன கூறினான்?"

"எதுவும் சொல்லல பா. நான் காலேஜ் முடிச்ச உடனே உங்ககிட்ட இதைப் பத்தி பேச சொன்னாரு. நான் என்னோட விருப்பத்தை எடுத்து சொன்னதும் அதுக்கு சம்மதிச்சுட்டாருப்பா".

"அந்தப் பையன் அவங்க வீட்ல இதப்பத்தி பேசிட்டானாம்மா?"

"சொல்லிட்டாருப்பா. அவங்க வீட்ல எல்லாரும் சம்மதம் சொல்லிட்டாங்கப்பா".

"அந்தப் பையன் கல்யாணத்தைப் பத்தி உன்ன எதுவும் வற்புறுத்தலயா வினும்மா?"

"எந்த விஷயத்துலயும் கட்டாயமோ அவசரமோ படுத்தலப்பா. சொல்லப் போனா உங்க சம்மதம் எனக்கு எவ்ளோ முக்கியமோ அதே மாதிரி தான் அவரும் எதிர்பார்த்திட்டு இருக்காருப்பா".

"இதுக்கு நாங்க சம்மதிக்கலன்னா என்னடா பண்ணுவ?"

"எதுவும் பண்ண மாட்டேன். நீங்க ஒத்துக்கற வரைக்கும் ரெண்டு பேரும் காத்திருப்போம்."

"அப்போவும் எங்க மனசு மாறலனா?"

"எந்தக் காலத்துலயும் எந்த ஒரு தப்பான முடிவும் எடுக்க மாட்டேன். நான் உங்க பொண்ணுப்பா. அம்மா மனசும் உங்க மனசும் மாறும்னு எனக்கு முழு நம்பிக்கை இருக்குப்பா. எத்தனை வருடங்களானாலும் காத்திருப்போம். உங்களுக்குக் கெட்ட பேர்

வாங்கிக் குடுத்துட்டு எதுவுமே பண்ண மாட்டேன். அதுக்காக தான் இத்தனை நாளா உங்க சம்மதத்துக்காகக் காத்துக்கிட்டிருக்கோம்.

உங்க மனசு மாறுகிற வரையில் இனிமேலும் காத்துட்டு இருப்போம். என் வாழ்க்கையில் ரொம்ப முக்கியமான நாள் சந்தோஷமாக இருக்கப் போகிற நாளென்று உங்கள் இருவரின் முகத்திலும் மனதிலும் ஆனந்தத்தைப் பார்க்க ஆசைப்படுகிறேன் அன்று உங்களின் ஆசீர்வாதத்தோடு எங்கள் வாழ்க்கையை ஆரம்பிக்க ஆசைப்படுகிறோம்".
என்று கூறி விட்டு அந்த இடத்தை விட்டு எழுந்து மாடிக்குச் சென்று விட்டாள்.

அதன் பிறகும் அழுது கொண்டிருந்த மாயாவை எழுந்து சென்று அவர் அருகில் அமர்ந்து அவரை சமாதானப் படுத்த ஆரம்பித்தார் பார்த்திபன்.

"இங்க பாரும்மா. வினு நம்ம பொண்ணு. அத நம்ம சின்னக் குழந்தையாவே பார்த்துட்டோம். அதனால தான் அது இவ்ளோ பெரிய விஷயத்தை சொன்ன உடனே ஏத்துக்க முடியாம அழ ஆரம்பிச்சுட்ட. அது தப்பில்ல. எல்லா அம்மாக்களும் அப்படித்தான். ஆனா நம்ம பாப்பா சொன்ன ஒவ்வொரு வார்த்தையும் ஒவ்வொரு விஷயமும் எவ்வளவு பக்குவமா இருந்துச்சுன்னு கவனிச்சயா மாயா? நம்ம பாப்பாவோட முடிவு என்னைக்கும் தப்பாப் போகும்னு எனக்குத் தோணல. அது ஒரு முடிவெடுத்தா எப்போதுமே சரியா தான் இருந்திருக்கு. இனிமேலும் சரியா தான் இருக்கும்".

"எல்லாமே சரி தாங்க. ஆனா நம்ம ரெண்டு பேரும் நம்ம வாழ்க்கைய ஆரம்பிச்சப்போ எவ்ளோ கஷ்டப்பட்டோம், இன்னமும் எவ்ளோ கஷ்டப்படறோம் என்பதையெல்லாம் மறந்துட்டீங்களா? அதுக்காக நாம சந்தோஷமா இல்லைன்னு அர்த்தம் கிடையாது. ஆனால் அதே சமயம் நாம் இழந்தவை கொஞ்சம் அல்ல. அதை நம் மகளும் அனுபவிக்கக் கூடாதென்றே ஒரு தாயாய்ப் பதறுகிறேன். எந்தக் கஷ்டமும், எந்த இழப்பும் நம்மோடு போகட்டும். அது வினுவிற்கும் வேண்டாம்".

"...................."
"இதே மாதிரியான சூழ்நிலையில் தான் இருபத்தி நான்கு வருடங்கள் முன்பு நாமும் இருந்தோம். வினு அளவிற்கு நமக்கும் பக்குவம் இருந்திருந்தால் சூழ்நிலை சிறிதளவேனும் மாறியிருந்திருக்கும். நமக்கு சாதகமாய் அமைந்திருந்திருக்கும். நாம்

எடுத்த முடிவின் காரணமாகத்தானே வினுவின் சொந்தத் தாத்தா பாட்டி அதாவது உங்க அப்பா அம்மா வினு பிறந்தும் கூட நம்மைப் பார்க்க வரவில்லை. வினு பிறந்து ஐந்து ஆண்டுகள் கழித்து கூட அவர்கள் நம்மை ஏற்க வில்லையே!

அப்போதும் கூட அவர்களின் உடல் நிலை மிகவும் மோசமாகி அவர்கள் இறக்கும் தருவாயிலும் உங்கள் தங்கை அவர்களைப் பார்த்துக் கொள்ள மறுக்கவே நான் சென்று அருகிலிருந்து அவர்களைப் பார்த்துக் கொள்ள ஆரம்பித்த பிறகு தானே அவர்கள் இறப்பதற்கு சில மாதங்கள் முன்பு நம்மை ஏற்றுக் கொண்டனர்.

இவ்வளவு ஏன்? வினுவின் சொந்தத் தாய் மாமா என் அண்ணன் என் பெற்றோர் நம்மை ஏற்றுக் கொண்ட பிறகும் அவர் நம்மை ஏற்றுக் கொள்ள வில்லையே! வினுவிற்கு முதன் முதலாக உங்கள் குல தெய்வக் கோவிலில் மொட்டையடித்துக் காது குத்தும் போது நமக்கென்று யாருமில்லாமல் நின்ற போது எவ்வளவு துடித்திருப்போம்? வினு தன் பள்ளி நாட்களில் விடுமுறையில் அவ ஃப்ரெண்ட்ஸ் எல்லாரும் அவங்க தாத்தா பாட்டி வீட்டுக்குப் போனேன்னு சொல்லும் போது அவ நம்மகிட்ட வந்து எவ்ளோ ஏங்கியிருக்கான்னு மறந்துட்டீங்களா?

சொந்த பந்தங்களோட இருக்க முடியாம போனது நம்மோட போகட்டும். அது என் பொண்ணுக்கு வேணாங்க. என் பொண்ணுக்காவது சித்தி, சித்தப்பா, அத்தை, மாமா, அண்ணா, அண்ணி, பெரியம்மா, பெரியப்பா, தம்பி, அக்கான்னு எல்லா சொந்தங்களும் வேணும்".

"..."

"அதுக்கப்புறம் தான் எல்லாரும் நம்மள ஏத்துக்கிட்டாங்களேன்னு நீங்க கேட்டீங்கன்னா அந்தக் கேள்வியே தப்பு. எப்போங்க நம்மள ஏத்துக்கிட்டாங்க? எல்லாரும் நம்மள ஏத்துக்கக் கிட்டத்தட்ட பத்து வருஷமாச்சு. அதுக்குள்ள நம்ம பாதி சந்தோஷம், நம்ம பெத்தவங்களோட அரவணைப்பு, எந்தக் கவலையும் இல்லாம முழுக்க முழுக்க சந்தோஷமா இருக்க வேண்டிய வினுவின் குழந்தைப் பருவம் இப்படி எதுவுமே இல்லாம பறிபோயிடுச்சு.

வினு பொறந்தப்போ கூட நம்மளப் பார்க்க யாருமே வரலியே! அந்த இடத்துல உடல் அளவுலயும் மனதளவுலயும் எவ்ளோ கஷ்டத்த அனுபவிச்சு இருப்பேன்? நீங்க தான முழுக்க முழுக்க என்னையும் பாப்பாவையும் பாத்துக்கிட்டீங்க. ஒரு பெண்ணுக்குத் தன் தாயோட அல்லது சகோதரியோட உதவியும் அரவணைப்பும் தேவைப்படுறது

அந்த டைம்ல தான். அது கூட எனக்குக் கிடைக்கலையே! அந்த நேரத்துல நான் எவ்ளோ உடைஞ்சு போயிருப்பேன்? அந்தக் கடினமான சூழ்நிலையிலும் எனக்கிருந்த வலியை விட என் பொண்ணப் பாக்க யாருமே வரலியே, என் பொண்ணுக்கு எந்த சொந்த பந்தமும் இல்லாம போயிருமோன்னு தான் பயந்தேன்.

இந்தக் கஷ்டத்துல எதுவுமே என் பொண்ணுக்கோ, நாளைக்கு அவளுக்குப் பொறக்கப் போற குழந்தைக்கோ வேணாங்க. இத்தனை சோதனைகளையும் மீறி நான் இன்னைக்கு வரைக்கும் முழுக்க முழுக்க மன நிம்மதியோடவும், சந்தோஷத்தோடயும் இருக்கேன்னா அதுக்குக் காரணம் நீங்க தான். அப்போ எப்படி இருந்தீங்களோ அதுல ஒரு சதவீதமும் அன்பும், அரவணைப்பும், நம்பிக்கையும், புரிதலும் குறையாம இன்னைக்கு வரைக்கும் இருக்கீங்க. வினுவையும் நான் பாத்துக்கறத விட நல்லாப் பாத்துக்கறீங்க. நான் நம்ம பாப்பா மேல வச்சு இருக்க பாசத்தை விட நூறு மடங்கு அதிகமா நீங்க அவ மேல அன்பா இருக்கீங்க. இதெல்லாம் தான் இத்தனை வலிகளையும் வேதனைகளையும் தாண்டி என்னை மகிழ்ச்சியாக வைத்திருக்கின்றன.

நம்ம வினு ஆசைப்படுற பையனும் உங்கள மாதிரியே இருப்பானான்னு நமக்குத் தெரியாது. அப்படி இருக்கவும் முடியாது. வினு சின்னப் பொண்ணுங்க. அவ இன்னும் வாழவே ஆரம்பிக்கல. அவ வாழ்க்கையைத் தொடங்கும் போது சொந்தக் காரங்க எல்லாரோட ஆசீர்வாதமும் அவளுக்குக் கிடைக்கணும். அதுல யாரோட சாபமோ, எந்த வித மனக் கசப்போ, வருத்தமோ எதுவும் இருக்கக் கூடாது. அவ சந்தோஷமா இருக்கணுங்க".

மாயா பேசியதைக் கேட்டு பார்த்திபனும் குழம்பித்தான் போனார்.
"இப்போ என்ன பண்ணலாம்னு சொல்றம்மா?"
"வினு ஒரு குழந்தை மாதிரிங்க. இந்த வயசுல விளையாட்டுத் தனமா பண்ணிட்டா. இன்னும் ஒரு வருஷமோ ரெண்டு வருஷமோ போனா அவளே இதை மறந்துடுவா. நம்மளே இதப் பெருசு பண்ணக் கூடாதுங்க. நாம வினுவை சமாதானப் படுத்தற வழியைத் தான் பார்க்கணும்" என்றவருக்கு இந்த விஷயத்தில் வினு எவ்வளவு தீவிரமாக இருந்தாள் என்பதை அப்போது உணர்ந்து கொள்ள முடிய வில்லை.

அதற்குப் பிறகு அன்று முழுவதும் வீட்டில் யாருமே ஒருவருக்கொருவர் பேசிக் கொள்ள வில்லை. அந்த வீடும், வீட்டிலிருந்தவர்களும் முன்னெப்போதும் இப்படியொரு நிசப்தத்தை அனுபவித்திருந்ததில்லை. மூன்று பேருக்குமே இது புதிதாகவும்,

விரும்பத்தகாததாகவும் இருந்தது. அன்று மாலை வினு கிளம்புவதற்குத் தயாராகி விட்டுக் கீழேயிறங்கி வந்த போது தான் மாயா அவளிடம் பேசினார்.

"வினும்மா ரெண்டு நாளைக்கு லீவ் போட்டுட்டு வீட்டுலயே இரும்மா. அப்புறமா ஆஃபிஸ் போய்க்கலாம்".

"ஏம்மா என் மேல அவ்வளோ தான் நீங்க வச்சிருக்க நம்பிக்கையா? உங்க பேருக்கு எந்தக் களங்கமும் வர விட மாட்டேன். அதுவும் என்னால கண்டிப்பா வர விட மாட்டேன். அப்படி ஏதாவது பண்ணனும்னா எப்போவே பண்ணியிருப்பேனேம்மா! இன்னைக்கு இதுக்காக வந்து உங்க சம்மதத்துக்காக காத்துக்கொண்டு இருக்க வேண்டிய அவசியம் இல்லையேம்மா. உங்க சம்மதமும் ஆசீர்வாதமும் இல்லாம நான் என் வாழ்க்கையை ஆரம்பிக்க மாட்டேன். இது உங்க மேல சத்தியம்மா".

"மாயா.................... வினு நம்ம பொண்ணு. பாப்பா கிளம்பட்டும் விடு. எதுவும் சொல்லாத. நீ போய்ட்டு வாம்மா. உன் மேல எனக்குப் பரிபூரண நம்பிக்கை இருக்குடா".
"தேங்க்ஸ் பா".

அன்று மாலை பேருந்தேறிய சிறிது நேரத்திலேயே அகிலனை அழைத்து நடந்ததைத் தெரிவித்தாள்.
"அகில்...................."
அகில் என்று கூறிய உடனேயே வார்த்தையிலிருந்த சோகத்தைப் புரிந்து கொண்டு எதுவும் கேட்காமல்
"சாப்ட்யா வினு" என்று கேட்டான்.
"சாப்டேன் அகில்".
"பொய் சொல்றன்னு தெளிவா தெரியுது வினு".
"...................."
"சொல்லு, என்ன ஆச்சு?"
"நம்ம எதிர்பார்த்த மாதிரியே அவங்க நான் சொன்னதும் நம்ம காதலை ஏத்துக்கல அகில்".

"நான் சொன்னேன்ல அம்மு, திடீர்னு நம்ம பொண்ணு நான் ஒருத்தர விரும்பறேன்னு சொன்னா எந்த அம்மா அப்பாவாலயும் அதைத் தாங்கிக்க முடியாது. அவங்களுக்குண்டான டைம் நம்ம தான் அம்மு குடுக்கணும்"
"என்ன பண்றது அகில்?"

"கவலப் படாத வினு. நான் ஏற்கனவே சொன்ன மாதிரி 'வா நம்ம கல்யாணம் பண்ணிக்கலாம்'னு என்னைக்குமே கேட்க மாட்டேன். நிம்மதியா இரு. அவங்க நம்மள முழுசா ஏத்துக்கற வரைக்கும் காத்திருப்போம்".

"லவ் யூ அகில்".
"அழறியா வினு?"

"இல்ல அகில், இது நம்ம எதிர்பார்த்தது தானே? அதனால எந்த வருத்தமும் இல்லை. நீங்க எதுவும் இத நெனச்சு வருத்தப்படாதீங்க" என்று அவனுக்கு ஆறுதல் கூறி விட்டு அழைப்பைத் துண்டித்தவள் கண்களை மூடி விசும்பி அழ ஆரம்பித்தாள். பேருந்தின் ஜன்னலோரத்தில் அமர்ந்திருந்தவளின் கண்ணீர்த் துளிகள் காற்றோடு கலந்து கரைந்து கொண்டிருந்தன.

பிறகொரு நாள் இருவரும் பேசிக்கொண்டிருக்கையில்
"வினு நீ வேலைக்கு சேர்ந்து அல்மோஸ்ட் ரெண்டு வருஷம் ஆகப் போகுது. நீ டிரான்ஸ்ஃபர்க்கு ட்ரை பண்லாமே!"

"இல்ல அகில் நான் எங்கயும் போறதா இல்ல. நான் இந்த வேலைய விட்டுட்டு வீட்டுக்கே போயிடலாம்னு இருக்கேன்".
தன்னை மீறி வந்த கோபத்தைக் கட்டுப் படுத்திக் கொண்டு
"என்ன வினு பேசற நீ? இதுக்காகத் தான் இவ்ளோ கஷ்டப் பட்டியா நீ? இல்ல நம்ம ரெண்டு பேரும் நீ வேலைய விட்டுட்டுப் போறதுக்குத் தான் இவ்ளோ முயற்சிகள் எடுத்தோமா? புரிஞ்சு தான் பேசிட்டு இருக்கயா நீ? முட்டாள் தனமா இருக்கு வினு. அப்புறம் நீ படிச்சதுக்கும் இவ்ளோ நாள் பாத்த வேலைக்கும் என்ன அர்த்தம் இருக்கு வினு?"

"நான் எதுக்காக வேலைக்கு வந்தேனோ அந்த விஷயமே இன்னைக்கு வரைக்கும் நிறைவேறலையே!"
"இன்னைக்கு வரைக்கும் தானே? நமக்கு இன்னும் டைம் இருக்கே! நம்ம வாழ்க்கையில இன்னைக்குக் கடைசி நாள் இல்லையே! இப்போ வரைக்கும் ஒத்துக்கலைனா என்ன? அதுக்காக எல்லாத்தையும் விட்டுட்டுப் போயிருவயா நீ?"
"அவங்க கடைசி வரைக்கும் ஒத்துக்கலனா?"
"நான் உனக்குப் பல முறை சொல்லிட்டேன் வினு நம்ம அவங்க எடத்துல இருந்து யோசிச்சுப் பார்க்கணும்னு. நான் தான் எல்லாத்தையும் சரி பன்றேன்னு சொல்லிட்டேன். இன்னமும் உனக்கு என் மேல நம்பிக்கை வரலைனா நான் என்ன தான் பண்ண முடியும்?

நானும் மத்த பசங்க மாதிரி உன்ன வற்புறுத்தலையே கல்யாணம் பண்ணிக்கறதப் பத்தி. என் அம்மா அப்பாவும் என்னோட வார்த்தைக்கு மதிப்பு குடுத்து இது நாள் வரையில் அதப்பத்தி எதுவுமே என்கிட்ட கேக்காம இருக்காங்க. இதுக்கு மேல ஒருத்தனால என்ன பண்ண முடியும்?"

"நான் உங்கள எதுவும் பண்ண சொல்லல அகில்".

"இது என்ன பதில் வினு? உனக்கு இது நடக்கும்னு துளியும் சந்தேகத்திற்கிடமில்லாத நம்பிக்கை எப்போதுமே இருக்க வேண்டும். பிரச்சினைனு வந்தா அத சமாளிக்கணுமே தவிர அத விட்டுட்டுப் போகணும்னு நினைக்கக் கூடாதும்மா".

"நானும் எவ்வளவோ என் அம்மா அப்பாகிட்ட பேசிப்பார்த்துட்டேன். அவங்க மனச மாத்திக்கற மாதிரி தெரில. என்னால முடியல".

"முடியலைன்னா என்ன அர்த்தம் வினு? இதை இப்படியே விட்டுடலாமா?"

"நான் அந்த மாதிரி சொல்லல அகில்".

"வேற எந்த மாதிரி சொல்ற வினு? நீ சொல்றதுக்கு அதான் அர்த்தம்".

அவள் தேம்பியழுவதைக் கேட்டுவிட்டுத் தன் கோபத்தையெல்லாம் விட்டு விட்டு அவளை சமாதானப் படுத்த ஆரம்பித்தான்.

"இங்க பாரு வினு, அழாதம்மா. அழறதுனால எதுவும் மாறப்போறதில்லை. இதை சரி பண்ண என்ன வழின்னு தான் பாக்கணுமே தவிர அழக் கூடாது அம்மு. எதுக்கு உன்ன நீயே கஷ்டப் படுத்திக்கற? இது நடக்கும்னு முழுசா நம்பு வினு. உன்ன நம்பு. நம்ம காதல் மேல நம்பிக்கை வை. நீ என்ன முழுசா நம்பலாம். எல்லாத்தையும் நம்பு அம்மு. முழு நம்பிக்கையே பாதி பிரச்சினைகளை சரி செய்து விடும் ஆற்றல் கொண்டது".

"எல்லாமே புரியுது அகில். நீங்க இல்லாம இன்னொருத்தங்க கூட என் வாழ்க்கையை ஷேர் பண்றதப் பத்தி என்னால யோசிக்கக் கூட முடியல. அதுவுமில்லாம எந்தத் தப்பும் செய்யாத இன்னொருத்தங்க வாழ்க்கையையும் என்னால வீணடிக்க முடியாது. அந்தக் குற்ற உணர்வே என்னக் கொன்னுடும்".

"வாய மூடு வினு. என் பொறுமையை ரொம்ப சோதிக்கற நீ. இப்போ எதுக்கு இந்த மாதிரி எல்லாம் பேசிட்டு இருக்க நீ? இப்போ என்ன

நடந்துருச்சுன்னு இவ்ளோ வருத்தப்படற? காதலிக்க ஆரம்பிச்சுட்டா ஆயிரம் பிரச்சினைகள் வரத்தான் செய்யும். அதை எல்லாத்தையும் சமாளிச்சா தான் வாழ்க்கையில ஒன்னு சேர முடியும். இப்போதைக்கு இதையெல்லாம் யோசிக்கறது தேவையில்லாத விஷயம். எதையும் போட்டு மனசக் கஷ்டப் படுத்திக்காம நிம்மதியா இருக்க முயற்சி பண்ணு" என்று கூறி விட்டு கோபத்துடனேயே அழைப்பைத் துண்டித்தான்.

அவனது கோபத்தைப் புரிந்து கொண்டு சிறிது நேரத்திலேயே திரும்ப அவனை அழைத்துப் பேசினாள்.

"சாரி அகில், என் மேல தான் தப்பு. இனி இந்த மாதிரி பேச மாட்டேன், யோசிக்க மாட்டேன் முழுசா நம்பறேன். என்ன பிரச்சினை வந்தாலும் சேர்ந்தே சமாளிக்கலாம் அகில். இப்போ இல்லனாலும் அம்மா அப்பா கொஞ்ச நாள் கழிச்சு நம்மள ஏத்துப்பாங்கன்னு எனக்கு முழு நம்பிக்கை வந்துடுச்சு அகில். அது வரைக்கும் நாம் பொறுமையாகக் காத்திருக்கலாம்".

"ரொம்ப சந்தோஷம் வினு. நீ இப்படி இருக்கணும்னுதான் நான் எதிர் பார்த்தேன். எதுவும் தப்பாப் போகாது வினு. எல்லாம் நம்ம எதிர்பார்க்கற மாதிரியே நல்ல படியாவே நடக்கும். இப்போ நீ போய் உன் வேலையப் பாரு. நான் ஃபோன வச்சுடறேன்".

வினுவும், ஷக்தியும் வேலையில் சேர்ந்து முழுமையாக இரண்டு வருடங்கள் கடந்து விட்டிருந்த நிலையில் ஒரு நாள் ஷக்தியின் அம்மா வினுவை அழைத்து ஷக்திக்கு மாப்பிள்ளை பார்த்திருக்கும் விஷயத்தையும் அதற்கு அவள் ஒத்துக் கொள்வாளா அல்லது மறுத்து விடுவாளா என்ற தங்களின் அச்சத்தையும் கூறினார். வினு அவரை சமாதானப் படுத்தி

"கவலைப் படாதீங்கம்மா. நம்ம ஷக்தி மனசுல இப்போ எதுவும் இல்ல. நீங்க யாரைக் காட்டறீங்களோ அந்தப் பையனையே அவ கல்யாணம் பண்ணிக்குவாம்மா. நீங்களோ அப்பாவோ ஷக்திய நெனச்சு எதுவும் வருத்தப்பட்டுக்க வேணாம்மா" என்றாள்.

"இவ்ளோ கஷ்டத்துலயும் நீ கூறும் வார்த்தைகள் தான் வினு அப்பாவுக்கும் எனக்கும் தெம்பாகவும் ஆறுதலாகவும் இருக்குது".

"சரிம்மா நான் ஷக்திகிட்ட இதப்பத்தி பேசறேன்" என்று ஃபோனை வைத்து விட்டு உடனே ஷக்தியை அழைத்துத் தன் பக்கத்தில் அமர வைத்துக் கொண்டு ஷக்தியின் தாயாரிடம் அவள் பேசிய

அனைத்தையும் ஷக்தியிடம் கூறினாள். ஷக்தியின் முகத்தில் எந்த மாறுதலும் இல்லாமல் போகவே வினு அதிர்ச்சியுற்று

"என்னடி..... இப்படி எந்த ரியாக்ஷனும் இல்லாமல் இருக்க. உன்ன நம்பி தான அவங்க இவ்வளவும் பண்ணிட்டு இருக்காங்க. நீ இப்படி இருந்தா என்ன அர்த்தம்?" என்று கேட்டாள்.

"பயப்படாத வினு. நான் தப்பா எதுவும் பண்ண மாட்டேன். அதே சமயம் அவங்க நம்பிக்கையையும் வீணடிக்க மாட்டேன்".

"நான் அத சொல்லல ஷக்தி. கல்யாணம்ன்னு சொன்ன உடனே உன் முகத்துல எந்த சந்தோஷமுமே இல்லையே! உனக்கு இந்தக் கல்யாணத்துல விருப்பம் இல்லையா?"

"விருப்பமா? என்ன வினு சொல்ற நீ? என் விருப்பமோ தேர்வோ சரியில்லை எனும் போது என் பெற்றோரின் விருப்பதிற்காவது நான் சம்மதம் சொல்லித் தானே ஆக வேண்டும். என் விஷயத்தில் அவர்களின் முடிவும் தேர்வும் ஒரு போதும் தவறியதில்லை. அந்த நம்பிக்கையில் தான் நானும் இருக்கிறேன்".

"எல்லாமே சரி ஷக்தி. நீ பேசறதப் பாத்தா எனக்குப் பயமா இருக்கு. அன்னைக்கு நீ தானே உன் மனசுல பழைய விஷயங்கள் எதுவும் இல்ல இன்னும் கொஞ்ச நாள் போகட்டும் அப்புறம் கல்யாணத்தைப் பத்திப் பேசலாம்னு சொன்ன. இப்ப இப்படிப் பேசற. இதுக்கு என்ன அர்த்தம் ஷக்தி?"

"எப்படிப் பேசறேன் வினு? இதுல புரியாததுக்கு என்ன இருக்கு? அன்னைக்கு நான்தான் சொன்னேன். இன்னைக்கும் நான்தான் சொல்றேன். அவங்களாப் பார்த்து யாருக்குக் கழுத்த நீட்ட சொன்னாலும் முழு மனதோடு சம்மதிக்கிறேன்".

"சந்தோஷம் ஷக்தி".
"எல்லாம் இருக்கட்டும் வினு. உங்க விஷயம் என்னாச்சு? அப்பா அம்மாகிட்ட இதப் பத்தி பேசிட்டயா?"
"பேசிட்டேன் ஷக்தி".
"இப்படித் தாமரை இலைத் தண்ணீர் போலக் கூறினால் இதற்கு என்ன அர்த்தம் வினு? தெளிவா சொல்லு".

"ரொம்ப நாள் முன்னாடியே நான் அவங்ககிட்ட இதப்பத்தி சொல்லிட்டேன் ஷக்தி. அவங்களால இதைத் தாங்கிக்க முடியல. அவங்க

இத ஒத்துக்கல. நானும் என்னோட விருப்பத்த அவங்ககிட்ட தெளிவா சொல்லிட்டேன்".

"இப்படி எதுவும் நடக்கலனா தான் ஆச்சர்யம் விணு. இந்த மாதிரி எதுவும் நடக்கலனா காதல்ல ஒரு சுவாரஸ்யமே இல்லாம போயிரும் விணு" என்று விளையாட்டாக எதேதோ கூறி அவளை சமாதானப் படுத்த முயன்றாள்.

அவள் முகம் வாடியிருப்பதைப் பார்த்து விட்டு

"கவலை வேண்டாம் விணு. ஒவ்வோர் இரவுக்குப் பின்னும் ஒரு வெளிச்சம் நிச்சயமாக உண்டு".

எவ்வளவோ முயன்றும் தடுக்க முடியாமல் வழிந்து கொண்டிருந்த விணுவின் கண்ணீரைத் துடைத்து அவளைத் தன் தோளில் சாய்த்து அவளுக்கு ஆறுதல் கூறினாள் ஷக்தி.

இதற்கிடையில் விணுவும் தன் பெற்றோருடன் நான்கைந்து முறை இதைப்பற்றிப் பேசியிருந்தாள். விணுவின் தந்தை தன் மகளின் விருப்பத்தைக் கொஞ்சம் யோசித்துப் பார்த்திருந்தாலும் மாயா அதற்குத் துளியும் இடம் கொடுக்க வில்லை. எதிர்காலத்தில் தங்கள் மகளின் சந்தோஷம் பறிபோய்விடக் கூடாது என்று எண்ணியவர் பறிபோகவிருக்கும் தங்கள் நிம்மதியையோ சந்தோஷத்தையோ எண்ணிப் பார்க்கவில்லை.

சில மாதங்கள் நகர்ந்திருந்த நிலையில் ஷக்தியின் தாயார் ஷக்தியை அழைத்து அவளின் கல்யாண விஷயத்தைப் பற்றிய விவரத்தை எல்லாம் கூறினார்.

"நீ இந்த வாரம் வெள்ளிக் கிழமை லீவ் போட்டுட்டு வந்துடும்மா. உன்னப் பொண்ணு பாக்க மாப்பிள்ளை வீட்டிலிருந்து வருவாங்க".

"சரிம்மா" என்றவள் அந்த வாரம் அலுவலகத்தில் யாரிடமும் தகவலேதும் தெரிவிக்காமல் விணுவிடம் மட்டும் கூறி விட்டுக் கிளம்பினாள்.

அந்த வெள்ளிக் கிழமையோ ஷக்தியின் பெற்றோருக்கு இருப்புக் கொள்ள வில்லை என்றே கூறலாம். அனைத்து வேலைகளையும் கவனித்து, வந்தவர்களையும் பார்த்துப் பார்த்து உபசரித்துக் கொண்டிருந்தனர். சம்பிரதாயங்கள் முடிந்தவுடன் இருவரும் தனியாகப் பேசுவதற்குப் பெரியவர்களிடம் அனுமதி கேட்டவுடன் அவர்களும் 'இந்தக் காலத்தில் இது சகஜமான செயல்' என்று அனுமதி கொடுத்தனர்.

"என் பெயர் ஷக்தி".
"தெரியுங்க".

"உங்க பேர்?"

"என்னங்க................... பேர் கூடத் தெரியாம்யா ஓகே சொன்னீங்க?"

"..........................."

"எனிவேஸ் ஐ யம் சுதன்".

"உங்க கிட்ட நான் கொஞ்சம் பேசணும்".

"சொல்லுங்க ஷக்தி. அதுக்காகத் தானே இங்க வந்து இருக்கோம்".

அது வரை வேறெங்கேயோ பார்வையைப் படர விட்டிருந்தவள் முதல் முறையாக சுதனின் முகத்தைப் பார்த்து அதுவும் அவன் கண்களைப் பார்த்துப் பேச ஆரம்பித்துத் தன் கடந்த காலத்தின் கசப்பான நாட்களை அவனிடம் கூறினாள்.

"இதுல எதையும் எனக்கு மறைக்க விருப்பமில்லை சுதன். அது என் கடந்த காலம். என் தவறான தேர்வினால் கசப்பாக மாறியவை. என் வாழ்க்கையைப் பங்கிட்டுக் கொள்ளும் நபரிடம் இதை என்னால் மறைக்க முடியாது. இவை அனைத்தும் தெரிந்த பிறகும் உங்களுக்கு சம்மதம் என்றால் நாமும் நம் பெற்றோரும் மேற்கொண்டு இது பற்றிப் பேசலாம்".

இவ்வளவு நேரம் பொறுமையுடன் கேட்டுக் கொண்டிருந்தவன் ஒரு சிறு மெல்லிய புன்னகையுடன்

"அதனால என்ன ஷக்தி? யுவர் பாஸ்ட் ஈஸ் யுவர்ஸ். அது எனக்கு வேண்டாம். இனி இருக்கப் போற வாழ்க்கையில ஒருத்தருக்கொருத்தர் உண்மையா இருந்தா அது போதும். சொல்லப் போனா எல்லாரோட வாழ்க்கையிலும் கசப்பான நாட்கள்னு கண்டிப்பா இருக்கும். சிலருக்குக் பொருளாதாரத்துல, சிலருக்குப் படிப்புல, சிலருக்குக் குடும்பப் பிரச்சினைகள்ல, சிலருக்குக் காதல்ல. இப்படி எல்லாருக்குமே மோசமான நாட்கள்னு இருக்கும். அதைக் கடந்து வந்து இனி மீதி இருக்கற வாழ்க்கையைப் பத்தி யோசிக்க வேண்டுமே தவிர முடிந்தவற்றிற்காக வருத்தப் பட்டுக் கொண்டிருப்பதோ, அந்த நபரைக் குறை கூறிக் கொண்டிருப்பதோ, இழந்த நாட்களை எண்ணி இருக்கும் நாட்களையோ சந்தோஷத்தையோ இழப்பதோ முட்டாள் தனம்.

அதை சரி செய்வதற்கான வழிகளைத் தேட வேண்டுமே தவிர முடிந்தவற்றை எண்ணி நம்மை நாமே நொந்து கொள்ளக் கூடாது. இன்னொரு விஷயம். உங்களுக்கு இதைப் பற்றிய எந்தக் குற்ற உணர்வும் இனி தேவையில்லை. முன்பை விட உங்களை எனக்கு

இப்போது பிடித்திருக்கிறது ஷக்தி. உங்கள் அத்தனை ஒப்பனைகளை விடவும் இந்த உண்மை என்ற அணிகலன் உங்களை மிகுந்த அழகாக்கி விட்டது".

அவனிடம் இப்படி ஒரு பதிலை அவள் நிஜத்தில் எதிர்பார்த்திருக்கவில்லையென்றே சொல்ல வேண்டும். பேசி முடித்து மாடியிலிருந்து இருவரும் கீழேயிறங்கி வந்தவுடன் அங்கிருந்த அனைவரின் முகத்திலும் இருவரும் என்ன சொல்லப் போகிறார்களோ என்ற குழப்பம் குடி கொண்டிருந்தது. ஷக்தியின் தாயாரின் முகத்தில் குழப்பத்துடன் பயமும் சேர்ந்து கொண்டிருந்தது.

பெரியவர்கள் அனைத்து விஷயங்களையும் பேசி முடித்த பின்னர் ஜூலை மாதத்தில் திருமணத்திற்கு நாள் குறித்தனர். இது மட்டும் ஷக்தியின் விருப்பத்திற்கிணங்க ஜூலை என்று முடிவு செய்யப்பட்டது. இது பற்றி தெரிவிக்கும் போதே ஷக்தி தன் பெற்றோரிடம் இந்த ஜூலையுடன் தான் வேலையில் சேர்ந்து மூன்று வருடங்கள் முடிகின்றன என்பதால் ஜூலையில் திருமணம் வைத்துக் கொள்ளலாம் என்று கூறியிருந்தனர். இரு வீட்டாரும் அதற்கு சம்மதிக்கவே பெரியவர்கள் அனைத்து விஷயங்களையும் பேசி முடித்தனர்.

அனைவரும் கிளம்பிய பிறகு ஷக்தியின் அம்மா சிறிதும் பயம் குறையாமல் அவளிடம் இருவரும் பேசியவற்றைக் கேட்டார். ஷக்தியும் அவர்கள் இருவரும் பேசியதைக் கூறவே அவளின் அன்னை சிறிது கலக்கத்துடனும் கோபத்துடனும்,

"நான் தான் முன்னாடியே சொல்லியிருந்தேன்ல ஷக்தி. இருந்தும் ஏன் முடிஞ்சு போன விஷயத்த அந்தப் பையன்கிட்ட சொன்ன? இப்போ இதெல்லாம் தேவையா?"

"என்னம்மா பேசறீங்க நீங்க? இப்போ இதெல்லாம் தேவையில்லாம இருக்கலாம். எதிர் காலத்தில் என்றாவது ஒரு நாள் அவருக்கு இது தெரிந்து விட்டால்......................... என் மூஞ்சிய எங்க கொண்டு போய் வச்சுப்பேன்? இது கூட பரவாயில்லை. காலம் முழுக்க என்னுடன் இருக்கப் போகும் ஒரு நபரிடம் என் சுக துக்கங்கள் அனைத்தியும் நிறைந்திருக்கக் கூடிய ஒரு நபரிடம் என்னால் எதையும் மறைக்க முடியாது".

"நீ சொல்றது சரி தான் ஷக்தி. ஒரு அம்மாவா என்னோட பயம் உனக்குப் புரியாது. உன் வாழ்க்கை நல்லா இருக்கணும். எங்களுக்கு அது தான் முக்கியம். அதைத் தாண்டி எங்களுக்கு எதுவும் பெரிதல்ல"

"சரிம்மா. சுதன்கிட்ட நான் எதையும் மறைக்காம சொன்னது தான் அவருக்கு ரொம்பப் புடிச்சு இருந்துச்சு. நீங்க இந்த விஷயத்தை நினைத்து இனி எதுவும் பயப்பட வேண்டாம்".

அந்த வாரம் சனி ஞாயிற்றுக் கிழமைகைகளைத் தன் பெற்றோருடன் கழித்தவள் ஞாயிற்றுக் கிழமை மதியம் கிளம்பி இரவு தன் விடுதியை அடைந்தாள். அறையில் நுழைந்ததும் தன் பைகளைக் கழற்றி வீசிவிட்டு விணுவிடம் ஓடிவந்து நடந்தவற்றைத் தெரிவித்தாள். தன் தோழிக்காக அத்தனை மகிழ்ச்சியடைந்தவள் ஷக்தியைக் கட்டிக் கொண்டு முத்தமிட்டாள்.

"அகில்கிட்ட சொல்லட்டுமா ஷக்தி? இதைக்கேட்டா அவரும் ரொம்ப சந்தோஷப் படுவாரு".
"சாரி விணு".
"சொல்ல வேணாமா ஷக்தி?"
"இந்த சாரி அதுக்காக இல்ல விணு. நான் வரும் போதே அகிலனுக்குக் கால் பண்ணி இதப்பத்தி சொல்லிட்டேன். உனக்கு முன்னாடியே நான் அகிலன்கிட்ட இதை ஷேர் பண்ணிட்டேன். சாரி விணு".

"அடிப்பாவி, துரோகி நான் உனக்கு ஃப்ரெண்டா? இல்ல அகில் உனக்கு ஃப்ரெண்டா?"
"சாரி டியர். அவரும் உன்ன மாதிரியே தான் ரொம்ப சந்தோஷப்பட்டார். அப்போவே சொன்னாரு. விணுகிட்ட சொல்லிட்டீங்களா? ஃபர்ஸ்ட் விணுகிட்ட சொல்லுங்க. இல்லனா மேடம்க்கு கோபம் வந்துடும்னு. சொல்லி வச்ச மாதிரியே ரியாக்ட் பண்ற?"

"சரி போனாப் போகுதுன்னு உன்ன மன்னிச்சுடறேன்".
"சின்ன விஷயத்துல இருந்து பெரிய விஷயம் வரைக்கும் அகிலன் உன்ன அணு அணுவாப் புரிஞ்சு வச்சுருக்காரு விணு".
"அகில் என்ன விட அதிகமா சந்தோஷப்பட்டிருப்பாரே! என்ன விட அதிகமா இதுல இன்வால்வ் ஆனதும் சரி, முயற்சி எடுத்ததும் சரி அகில் தான்".

"உண்மை வினு. வாழ்க்கையில் எப்போதோ ஒரு முறை சந்தித்தவளுக்காக எப்போதோ ஓரிரு முறை தன்னுடன் தொலைபேசியில் பேசியவளுக்காக அவ்வளவு மகிழ்ச்சியடைந்தார். ஹீ எஸ் எ ரியல் ஹியூமன் பீயிங் வினு".

இருவரும் நடு ராத்திரி வரையில் அந்த வார இறுதியில் நடந்தவற்றைப் பேசிக் கொண்டிருந்து விட்டு உறங்கச் சென்றனர். அந்த வருடம் ஜூலையில் இருவரும் தங்களின் வேலையில் மூன்றாண்டுகள் நிறைவடைந்ததை மகிழ்ச்சியுடன் கொண்டாடினர்.

இன்னும் ஒரு வாரத்தில் ஷக்தியின் திருமணம். ஷக்தியும் வினுவின் வீட்டிற்குச் சென்று அவர்கள் மூவரையும் தன் திருமணத்திற்கு அழைத்திருந்தாள். திருமணத்திற்கு முதல் நாளே வினு ஷக்தியுடன் சென்று விட அன்றிரவு பார்த்திபனும் மாயாவும் மண்டபத்திற்கு வந்து அவர்களை வாழ்த்தி விட்டு அவளுக்காக வாங்கியிருந்த தங்க மோதிரத்தை அவர்களே அவள் விரலில் போட்டு அழகு பார்த்தனர்.

"இதெல்லாம் எதுக்கும்மா?"
"நீயும் எங்களுக்குப் பொண்ணு மாதிரி தான் ஷக்தி" என்று மாயா கூறவும் ஷக்தியும், வினுவும் கண் கலங்கினர். சிறிது நேரம் அவர்களுடன் பேசிக்கொண்டிருந்து விட்டு வினுவின் பெற்றோர் கிளம்பி விட்டனர். ஷக்தி எதிர்பார்த்துக் கொண்டிருந்த ஓர் நபர் மட்டும் அன்றிரவு வரையில் வர வில்லை. அதைப் புரிந்து கொண்ட வினுவும் விளையாட்டாக

"நான் இங்க இருக்கும் போது சுதன் பக்கத்துல நிக்கும் போது யாரத் தேடுற ஷக்தி?" என்று கேட்க ஷக்தியும்
"அதெல்லாம் ஒண்ணுமில்ல வினு" என்று சமாளித்தாள். அவள் ஆவலுடன் எதிர்பார்த்துக் காத்துக் கொண்டிருந்த நபர் மறுநாள் காலை முகூர்த்தத்திற்கே வந்தார். பார்த்தவுடன் மிகுந்த மலர்ச்சியுடன்

"அப்பாடா வந்துட்டீங்களா? இப்போவாவது வந்தீங்களே! ஏன் அகிலன் இவ்ளோ தாமதம்?"
"நேத்தே கிளம்பிட்டேன் ஷக்தி. ஆனா கொஞ்சம் தவிர்க்க முடியாத வேலை ஆஃபிஸ்ல, அதான் நேத்து வர முடியல. சாரி ஷக்தி. எனிவேஸ் ஹேப்பி மேரீட் லைஃப் டூ போத் ஆஃப் யூ" என்று வாழ்த்தியவனை ஷக்தி சுதனுக்கு அறிமுகப் படுத்தி வைத்தாள். அவர்களிடம் சிறிது நேரம் பேசி விட்டுக் கீழே அமர்ந்திருந்த வினுவிடம் சென்று அவளருகில் அமர்ந்து கொண்டு அவளிடம் பேச ஆரம்பித்தான்.

"எப்போ வந்த வினு?"

"நேத்து அகில்".

"ஏன் ஒரு மாதிரி இருக்க வினு?"

"அதெல்லாம் ஒண்ணுமில்ல அகில்".

"இப்போ இதைப் பேசுறதுக்கு இது சரியான நேரமோ இடமோ இல்ல. இருந்தாலும் பேசித்தான் ஆக வேண்டும்".

"என்னது அகில்?"

"இப்போல்லாம் நீ ஏன் என்கிட்ட சரியாப் பேசறதில்ல வினு? என்ன பிரச்சினை உனக்கு?"

'அதெல்லாம் எதுவுமில்லை அகில்' என்று கூற ஆரம்பித்தவளைத் தடுத்து

"தயவு செய்து பொய்யான பதில்கள் எதுவும் வேண்டாம் வினு" என்றான்.

"நானும் உனக்குப் பல முறை கால் பண்ணும் போதெல்லாம் இதைக் கேட்டுட்டேன். நீ எதுவும் சொன்னதில்லை. மேலும் மேலும் கேட்டு உன்னைக் கஷ்டப்படுத்த வேணாம்னு தான் நான் அதுக்கப்புறம் எதுவும் கேக்கல,
நேர்ல பாக்குற அப்போ இதைப்பத்திப் பேசிக்கலாம்னு. சொல்லு வினு என்ன ஆச்சு உனக்கு?"

"நான் நல்லா தானே இருக்கேன் அகில். எப்போவும் போல தானே உங்க கிட்ட பேசறேன்".

"நான் ஏற்கனவே சொல்லிட்டேன் வினு பொய் கூற வேண்டாம். அது மட்டுமின்றி நான் உன்ன நல்லா பேச சொல்லல. நீ நல்லா பேசாதத்துக்கான காரணத்தைத் தான் இப்போ கேட்டுட்டு இருக்கேன்" என்று அவள் கண்களைக் கூர்ந்து கவனித்தவன் அதில் இழையோடியிருந்த சோகத்தைப் புரிந்து கொண்டான்.

அவன் பார்வையை சந்திக்க முடியாமல் போகவே வேறு புறம் முகத்தைத் திருப்பியவளின் கண்களில் நீர் ததும்பியதைக் கண்டதும் அவள் கைகளைப் பிடித்து

"என்ன வினு இது? அழறத நிறுத்து. அதுவும் இங்க. யாராவது பார்த்தா என்ன நினைப்பாங்க?"

கண்களில் தேங்கிய நீரை வற்றச் செய்யவும் முடியாமல் வழிந்தோட விடவும் முடியாமல் தவித்த அவளுக்கு அகிலனின் தோள்களில் சாய்ந்து அழ வேண்டும் போலிருந்தது.

"அழாத வினு. ஏதோ கஷ்டம் உன் மனச அழுத்திட்டிருக்குன்னு உன்னைப் பாத்தாவே தெளிவாத் தெரியுது. அது என்னன்னு சொல்லு வினு. என்ன பிரச்சினை உனக்கு?"

"போன மாதம் கூட அம்மாகிட்ட நம்ம விஷயத்தைப் பத்திப் பேசுனேன். அவங்க இன்னும் மனசு மாறல அகில். இந்த ஒரு வருஷத்துல நிறைய முறை அவங்க மனச மாத்த முயற்சி பண்ணிட்டேன். பல முறை இதைப்பத்திப் பேசிட்டேன். அவங்க கொஞ்சம் கூட இதப்பத்தி யோசிக்கவே இல்ல".

"என்ன வினு பேசற நீ? இருபத்தி மூன்று வருடங்களாக உன்னை வளத்தவங்ககிட்ட நான் ஒரு வருஷமா போராடறேன். அவங்க நம்மள ஏத்துக்க மாட்டேக்குறாங்கன்னு சொல்ற. இருபத்தி மூனு வருஷம் எங்க? ஒரு வருஷம் எங்க வினு? எந்த அப்பா அம்மாவாலயும் அப்படி சட்டுன்னு மனச மாத்திக்க முடியாது வினு. இது தான் உன் பிரச்சினையா? நான் கூட என்னமோ ஏதோன்னு பயந்துட்டேன்".
அவனது முகத்தைப் பார்த்தவளிடம்

"என்ன வினு, நாலு வருஷமா உனக்கு என்னத் தெரியும். இதுக்கு மேலயும் உனக்கு என்மேல நம்பிக்கை வரலைன்னா நான் என்ன பண்ண முடியும்னு நீயே சொல்லு".

"நம்பிக்கை இருக்கு அகில். ஆனா பயமா இருக்கு".

"தப்பு வினு. நம்பிக்கை இருக்கற இடத்துல பயமே இருக்கக் கூடாதும்மா".

"சரி அகில்".

"சிரி வினு. இன்று உன் தோழியின் திருமணம். எவ்வளவு மகிழ்ச்சியாக இருக்க வேண்டிய நாள். இது போன்ற தருணங்களைத் தவற விட்டுவிட்டுப் பிறகு வருந்திப் பயனில்லை. சந்தோஷமா இரு".

"சரி அகில்".

"தெளிவா நிம்மதியா இரு வினு. எதுன்னாலும் சேர்ந்தே எதிர் கொள்ளலாம்".

"ஓகே அகில்".

"வினு எனக்கு லேட் ஆகுது. ஷக்திகிட்ட சொல்லிட்டு நான் கிளம்பறேன். நீ எப்போ கிளம்பற?"

"இன்னைக்கு ஈவினிங் அகில்".

"வினு ஹாஸ்டல்ல ரூம்ல தனியா இருக்கணுமே! என்ன பண்ணுவ? என்ன பண்ணப் போற? உன்னால தனியா சமாளிக்க முடியுமா?"

"தெரியல அகில். அதப்பத்தி இன்னும் யோசிக்கல. ஹாஸ்டல் போன அப்புறம் அதப் பாத்துக்கலாம்னு விட்டுட்டேன்".

"இதுல யோசிக்க என்ன வினு இருக்கு? நீ ரூம் போன அப்புறம்லாம் எதுவும் யோசிக்க வேண்டாம். நீ ஏற்கனவே இந்த மாதிரி இருக்க. இப்போ ரூம்ல ஷக்தியும் இல்லாம உனக்கு இன்னும் ரொம்பக் கஷ்டமா இருக்கும்".

"..............................."

"உனக்கு ஹாஸ்டல்ல வேற ஃப்ரெண்ட்ஸ் இருக்காங்களா?"

"இருக்காங்க அகில்".

"அப்போ நீ ஒன்னு பண்ணு. உன் ரூம்ல இருக்கற திங்ஸ்லாம் எடுத்துட்டு அத வெக்கேட் பண்ணிட்டு உன் ஃப்ரெண்ட்ஸ் ரூமுக்குப் போயிடு. உனக்குப் பாதுகாப்பாகவும் இருக்கும். தனியா இருக்கற மாதிரியும் தோணாது".

"சரி அகில்".

"சரி வினு. பத்திரமா இரு. நான் கிளம்பறேன்".

"ஓகே அகில்".

அவளிடமும் ஷக்தியிடமும் அகிலன் விடை பெற்றுக் கொண்டு கிளம்பி விட வினுவும் அன்று மாலை வரை தன் தோழியுடன் இருந்து விட்டு அதன் பிறகு ஹாஸ்டலுக்கு வந்து சேர்ந்து தன் அறைக்கதவைத் திறந்து பார்த்தவள் அறை முழுதும் நிறைந்திருந்த வெறுமையை சகித்துக் கொள்ள முடியாமல் ஓவென்று கட்டிலில் விழுந்து அழ ஆரம்பித்தாள்.

வெகுநேரம் தனக்குத் தானே அழுது தனக்குத் தானே சமாதானம் கூறிக் கொண்டிருந்து விட்டு அகிலன் சொன்னது போல் தன் அறையைக் காலி செய்து விட்டுப் பக்கத்து அறையிலிருந்த தன் மற்ற தோழிகளுடன் சேர்ந்து தங்கத் தொடங்கினாள்.

ஆரம்பத்தில் கொஞ்சம் சிரமமாக இருந்தாலும் வேறு வழியின்றி வினு அந்தச் சூழலுக்குத் தன்னைப் பழக்கப் படுத்திக் கொண்டாள். ஷக்தி ஏற்கனவே வினுவிடம் கூறியிருந்த விஷயம் தான் அப்போதைக்கு அவளுக்கு ஆறுதலாக இருந்தது. அதாவது திருமணம் மற்றும் எல்லா சடங்குகளும் முடிந்து இன்னும் இருபது நாட்களில் அவள் அலுவலகத்திற்குத் திரும்பி வந்து விடுவாளென்ற நம்பிக்கையும் சந்தோஷமும். அந்த நினைப்பிலேயே வினு ஒவ்வொரு நாளையும் நகர்த்திக் கொண்டிருந்தாள்.

ஷக்தியின் திருமணத்திற்குச் சென்றதிலிருந்து மாயாவின் மனதை ஒரு விஷயம் நெருடிக் கொண்டேயிருந்தது. அது வினுவின் திருமணம் தான்.

"ஏங்க ஷக்திக்கும் நம் வினு வயது தானே? அவளுக்குத் திருமணம் முடிந்து விட்டது. நம்மளும் வினுவிற்கு வரன் பார்க்க ஆரம்பிக்கலாமே!"

"நீ சொல்றது சரி தான். பாப்பா வீட்டுக்கு வரட்டும். அதுகிட்ட கேட்டுட்டு நாம ஆரம்பிக்கலாம்".

"எந்தப் பொண்ணு தாங்க அம்மா அப்பாகிட்ட வந்து எனக்குக் கல்யாணம் பண்ணி வையுங்கன்னு கேக்கறாங்க? பெத்தவங்க நம்ம தான் எல்லாத்தையும் காலகாலத்துல நம்ம புள்ளங்களுக்கு செஞ்சு வைக்கணுங்க. அவ கிட்ட இதை எதுக்கு சொல்லிக்கிட்டு? நம்ம என்ன சொன்னாலும் நம்ம பொண்ணு கேப்பாங்க".

"இது தப்பும்மா. நம்ம பொண்ணாவே இருந்தாலும் வினு மனசுலயும் என்ன இருக்குன்னு தெரியாம நாம எதையும் செய்ய ஆரம்பிக்கக் கூடாதும்மா. இது வினு சம்மந்தப்பட்ட விஷயம். அதனால வினுகிட்டயும் இதப்பத்தி நாம பேசிடறது நல்லது".

"சரிங்க, வினு வரட்டும். அவகிட்ட இதப்பத்தி சொல்லிட்டே நாம எல்லாத்தையும் ஆரம்பிச்சுடலாம்".

அதற்குள்ளாக ஒரு வருடம் ஓடியிருந்தது. வினுவும் இந்த இடைப்பட்ட காலத்தில் பல முறை தன் விஷயத்தைப் பற்றித் தன் பெற்றோரிடம் பேசியும் அனைத்தும் பயனற்றுப் போயிருந்தன. அந்த வார இறுதியில் வினு வீட்டிற்கு வந்திருந்த போது மாயா அவளிடம் எல்லாவற்றையும் கூறி அவளது விருப்பத்தைத் தெரிந்து கொள்ள நினைத்திருந்தார். ஆனால் அவருக்கு முன் வினு தன் மனதிலிருந்ததைக் கொட்டித் தீர்த்து விட்டாள்.

"அம்மா உங்ககிட்ட கொஞ்சம் பேசணும்".

"சொல்லு வினு. நாங்க கூட உன்கிட்ட கொஞ்சம் பேச வேண்டியிருக்கு".

"நான் ஃபர்ஸ்ட் சொல்லிடறேன். அதுவுமில்லாம நீங்களும் அப்பாவும் எதைப்பத்தி என்கிட்ட பேசப் போறீங்கன்னு என்னால ஓரளவு யூகிக்க முடியுதும்மா".

"சரி. நீயே முதலில் நீ சொல்ல வந்த விஷயத்தை சொல்லும்மா".

"என் விஷயத்தில் அப்பாவும் நீங்களும் என்னம்மா முடிவு பண்ணியிருக்கீங்க?"

"இதுல முடிவு பண்ண என்ன இருக்குடா? நாங்க தான் ஏற்கனவே சொல்லிட்டோமே?"

"கொஞ்சம் கூட உங்க மனச எனக்காக மாத்திக்க மாட்டீங்களாம்மா?"

"கொஞ்ச நாள் விட்டா இதெல்லாம் சரி ஆகிடும்டா".

"எதும்மா கொஞ்ச நாள் விட்டா சரி ஆகிடும்? ஒரு நாள் ரெண்டு நாள் ஒரு மாசம் ரெண்டு மாசம் இல்லம்மா. முழுசா அஞ்சு வருஷமா ஒருத்தருக்கொருத்தர் விரும்பறோம்மா. எப்படி மறக்க முடியும்மா? அட்லீஸ்ட் உங்க பொண்ணுக்காக உங்க பிடிவாதத்த விட்டுக் கொடுக்கக் கூடாதாம்மா? அப்பாவும் சரி, நீங்களும் சரி ஜாதி, மதம் அப்படியெல்லாம் பாக்கக்கூடியவங்க இல்ல. பிறகு எது உங்களைத் தடுக்குதும்மா?"

"ஃபைவ் இயர்ஸ் ஆ? நீ என்ன சொல்ற வினு? அப்போ இருபத்தி நாலு வருஷமா அப்பாவும் நானும் உனக்காக மட்டுமே இருக்கோம்! அது உனக்குப் பெருசா தெரியலையா?"

"பெருசா தெரிஞ்சதுனாலதாம்மா அஞ்சு வருஷம் ஆகியும் வேலைக்குப் போக ஆரம்பிச்சு இத்தன வருஷம் ஆன பிறகும் கூட எங்க விருப்பத்துக்கு எதுவும் பண்ணிடாம உங்க மனசு கஷ்டப்படக்கூடாது, எங்க வாழ்க்கையில மிக முக்கியமான நாளன்று நீங்க ரெண்டு பேரும் சிரிச்சுட்டே சந்தோஷமா எங்கள ஆசீர்வாதம் பண்ணனும்னு உங்க சம்மதத்துக்காக மட்டுமே காத்துட்டிருக்கோம்".

"இப்போ என்ன சொல்ற வினு நீ?"

"நான் என் மனசுல இருக்கற எல்லா விஷயத்தையும் சொல்ல வேண்டிய எல்லாத்தையும் இத்தனை வருஷமா உங்ககிட்ட பல முறை தெளிவா சொல்லிட்டேன் மா. இனிமே முடிவெடுக்க வேண்டியது நீங்க தான்".

"இதுல முடிவெடுக்க என்ன வினு இருக்கு? ஷக்தியோட அம்மா அப்பா ஷக்திக்குக் கல்யாணம் செஞ்சு அழகு பாத்த மாதிரி எங்களுக்கும் உன்ன அந்தக் கோலத்துல பாக்கணும். உனக்குக் கல்யாணம் பண்ணிப் பாக்கணும்னு ஆசைப்படறோம்டா. எல்லாப் பெத்தவங்களுக்கும் இது நியாயமான ஆசை தானேடா?"

"நியாயமான ஆசை தான். இத்தனை வருஷத்துல ஒரு சின்ன விஷயத்துக்காவது உங்க ரெண்டு பேர் பேச்ச மீறி உங்களுக்குப் பிடிக்காத விஷயத்தை என்னைக்காவது செஞ்சு இருக்கேனாம்மா? சின்ன விஷயத்துல இருந்து பெரிய விஷயம் வரைக்கும் எல்லாமே உங்க விருப்பப்படி தானேம்மா நடந்து இருக்கேன். இந்த ஒரு

விஷயத்துக்காகத்தானேம்மா உங்ககிட்ட இத்தனை வருஷமா போராடிட்டு இருக்கேன்"

"வினு, இதெல்லாமே இந்த வயசுல சாதாரணாம்டா. இன்னும் கொஞ்ச நாள்ல சரி ஆகிடும்டா".

"எதும்மா சாதாரணம்? எதும்மா கொஞ்ச நாள்ல மறந்துடும்? மறக்கணும்னா மூணு வருஷத்துக்கு முன்னாடி உங்ககிட்ட வந்து இதை சொன்னப்போ நீங்க ஒத்துக்கலயே! அப்போவே மறந்து இருக்கும். இல்ல அதுக்கப்புறம் இத்தன வருஷத்துல மறுபடியும் எத்தனை முறை இதப்பத்தி உங்ககிட்டயும் அப்பாகிட்டயும் நான் கேட்டு இருப்பேன்? நீங்க அதுக்கு செவி சாய்க்கவே இல்லையேம்மா. மறக்கணும்னா அப்போதெல்லாம் மறக்காம இப்போ மட்டும் எப்படிம்மா என்னால மறந்துட முடியும்?"

"முடிவா என்ன சொல்ற வினு?"

"என் முடிவை நான் மூணு வருஷத்துக்கு முன்னாடியே உங்ககிட்ட சொல்லிட்டேன் அம்மா".

"சாரி வினு. உன் வாழ்க்கை விஷயத்துல எங்களால அலட்சிய மா எதுவும் செஞ்சிட முடியாது. நீ உன் மனச மாத்திக்கறது நம்ம எல்லா ருக்குமே நல்லதுடா"

"இன்னொருத்தங்க கூட என் வாழ்க்கையை என்னால அமைச்சுக்க முடியாதும்மா. அதே சமயம் உங்களையும் அப்பாவையும் மீறி நான் என்வாழ்க்கையைத் தொடங்க மாட்டேன். நீங்கள் அதைப் பற்றி கவலை கொள்ளாமல் நிம்மதியாக இருக்கலாம்"
என்று கூறிவிட்டு மாயா அவளைத் தொடர்ந்து அழைத்ததையும் கூட சட்டை செய்யாமல் தன் பைகளை எடுத்துக் கொண்டு கிளம்பி விட்டா ள்.அந்த இரவு முழுதும் அவளின் கண்ணீர்த்துளிகளில் நிரம்பி வழிந்து கொண்டிருந்தது. அந்த இரவைப் போல் நீளமானதொரு இரவை அவள் முன்னெப்போதும் வாழ்வில் சந்தித்ததில்லையென்றே தோன்றியது வி னுவிற்கு.

அடுத்த நாள் காலை சிறிதும் மனமின்றி அலுவலகத்திற்குக் கிளம்பிச் சென்று அரை குறை மனதுடன் தன் வேலைகளை முடித்து விட்டு விடுதிக்குத் திரும்பி வந்தால், தான் சோர்வுற்றிருக்கும் போதெல்லாம்தனக்கு ஆறுதல் கூறும் தன் ஷக்தியும் அங்கில்லை என்பது அவளுக்கு மேலும் வருத்தத்தையளிக்கக் கூடியதாகயிருந்தது. அந்த வாரம் முழுதும் தன் வேலைகளைக் கடமை க்கேயெனக் கழித்தவள் வெள்ளிக்கிழமை அகிலனை அழைத்துப் பேசினாள்.

"ஹலோ அகில்!"

"சொல்லு வினு".

"இந்த சன்டே நான் அங்க வரட்டுமா?"

"எங்க வினு?"

"உங்க வீட்டுக்கு".

"ஹலோ வினு, என்ன ஆச்சு உனக்கு?
அங்க ஏதாவது பிரச்சினையா?"

"அதெல்லாம் எதுவுமில்லை அகில்".

"உனக்கு சம்மதம்னா நான் சென்னை வரட்டுமா? நீ இவ்ளோ
தூரம் எதுக்கு? அதுவும் தனியா வந்துட்டு?"

"அதெல்லாம் வேணாம். பரவால அகில் நானே வரேன். உங்க
எல்லாரையும் பாக்கணும்னு தோணுச்சு. அதான் கேட்டேன்".

"சரி வினு, திரும்பக் கேக்கறேன் எதையும் என்கிட்ட
மறைக்காம சொல்லு. என்ன ஆச்சு உனக்கு?"

"நத்திங் அகில். ஜ யம் ஆல்ரைட். நம்ம சன்டே மீட் பண்ணலாம்".

அதற்கு அடுத்த நாள் சனிக்கிழமை தேடி அலைந்து
மலர்ச்செல்விக்கு ஒரு பட்டுப்புடவையும், ராஜசேகருக்கு அவருக்குப்
பிடித்த எழுத்தாளரான கல்கியின் புத்தகங்களில் சிலவும் அனுவிற்கு
விலையுயர்ந்த கைக்கடிகாரம் ஒன்றும் வாங்கியிருந்தாள்.

ஞாயிற்றுக் கிழமை வினு அகிலன் வீட்டிற்குச் சென்ற போது
முற்பகலைத் தாண்டியிருந்தது. மலர்ச் செல்வியும் அனுவும் அவளைப்
பார்த்த மாத்திரத்திலேயே திகைத்து நின்றனர். அன்று அவர்கள்
மூவருமே வீட்டிலிருந்தனர். ராஜ சேகர் தன் நண்பர் ஒருவரின் இல்ல
விழாவிற்குச் சென்றிருந்தார்.

மலர்ச் செல்வி சுதாரித்துக் கொண்டு

"வா வினு எப்படி இருக்க?" என்று கேட்டு அகிலனையும்
அழைத்தார். அகிலனும் வந்து விட நான்கு பேரும் சிறிது நேரம்
பேசிக்கொண்டிருந்தனர். தன் கல்லூரியிலிருந்து தனக்கு அழைப்பு
வந்திட மலர்ச் செல்வி அதைக் கவனிக்கச் சென்று விட்டார். இருவரும்
சிறிது நேரம் மௌனமாக அமர்ந்திருந்தனர்.

"அகில் உங்ககிட்ட கொஞ்சம் தனியாப் பேசணும்".

"சரி என் ரூமுக்கு வா வினு".

அவளைத் தன் அறைக்கு அழைத்துச் சென்று அறைக் கதவைத் தாழிட்டு அவளைத் தன் கட்டிலில் உட்கார வைத்துத் தானும் அருகில் அமர்ந்து கொண்டு அவளிடம் பேசத் தொடங்கினான்.

"என்ன பிரச்சினை வினு?"

அவனிடமிருந்து இப்படியொரு கேள்வியை எதிர்பாராதவள் முற்றிலும் உடைந்து போனாள். அவன் கேட்டதற்கு பதிலேதும் கூறாமல், அவன் விழிகளை சந்திக்கவும் தயக்கமுற்று அவன் மடியில் விழுந்து வெடித்து அழத் தொடங்கினாள்.

நடப்பதெதுவும் அறியாமல் அகிலன் ஒரு கணம் குழம்பித் தான் போனான். தன் மடியில் படுத்திருந்தவளின் கேசம் வருடியவன் நிலைமையைப் புரிந்து கொண்டு அவளைத் தேற்ற முயன்று முடியாமல் போகவே அவளை நிமிர்ந்து உட்காரச் செய்து நடந்தவற்றைக் கேட்டான்.

"தயவு செஞ்சு அழாத வினு, என்ன ஆச்சு?"
பதிலேதும் கூறாமல் அழுது கொண்டிருந்தவளின் கண்ணீர்த் துளிகளைத் துடைத்து அவளது கரங்களைத் தன் கரங்களுக்குள் பற்றி
"உங்க வீட்டுல ஏதாவது பிரச்சினையா? அம்மா அப்பா எதாவது சொன்னாங்களா?" எனக் கேட்டான்.
வார்த்தைகளேதும் பேச முடியாமல் உடைந்து அழுது கொண்டிருந்தவள் அவன் விரல்களை இறுகப் பற்றி மெல்லத் தடுமாறிப் பேச ஆரம்பித்தாள்.
"போன வாரம் கூட எங்க அம்மா அப்பாகிட்ட நம்ம விஷயத்துல என்ன முடிவெடுத்துருக்காங்கன்னு கடைசியா ஒரு முறை நான் கேட்டுப் பாத்துட்டேன். அவங்க ரெண்டு பேருமே அவங்க முடிவுல உறுதியா இருக்காங்க அகில். அவங்க மனசு மாறும்னு எனக்குத் தோணல. நான் ஒடஞ்சு போனாப்போலாம் நீங்க கூறிய ஆறுதல் வார்த்தைகள் தான் எனக்கு நம்பிக்கையைக் குடுத்துச்சு. அம்மா அப்பாவோட இந்த முடிவக் கேட்ட அப்புறம் எனக்கிருந்த கொஞ்ச நம்பிக்கையும் போயிடுச்சு அகில்".

"ஏன் வினு இவ்ளோ விரக்தியா பேசற? கடைசியா கேட்டுப் பாத்துட்டேன், நம்பிக்கையே போயிடுச்சுன்னுலாம்?"
"நான் வேற என்ன பண்ண முடியும் அகில்?"
"நீ எனக்கு ரெண்டு நாள் டைம் குடு. நான் உங்க அம்மா அப்பாகிட்டப் பேசி எல்லாத்தையும் சரி பண்ணிடறேன்".
"நான் மூணு வருஷமாப் பேசி மனசு மாறாதவங்க இனி மாறுவாங்கன்னு எனக்கு நம்பிக்கையில்லை அகில்".

"நீ எனக்கு ஒரே ஒரு வாய்ப்பு குடு வினு. நான் அவங்கள சம்மதிக்க வைக்கறேன் அம்மு".

"வேணாம் அகில்".

"எதுவுமே வேணாம்ன்னா என்ன பண்ணலாம்னு இருக்க வினு?"

"தெரியல அகில்".

"தெரியலன்னா என்ன அர்த்தம் வினு?"

அதற்கு மேல் எதுவும் பேச முடியாதவள் அருகில் அமர்ந்திருந்தவனின் மார்பில் தன் முகத்தைப் புதைத்துக் கதறி அழ ஆரம்பித்தாள். அவள் அழுகையையும் மனதிலிருந்த வலிகளையும் கலைக்க விரும்பாதவன் வினுவை அவள் ரணம் தீரும் வரை அழ விட்ட பிறகு அவள் முகம் நிமிர்த்தி வெகு நேரம் அழுது வீங்கி சிவந்திருந்த அவள் கண்களையும் கன்னங்களையும் துடைத்தவன்,

"இது எதுவுமே முடியல்ல வினு. எதை நினைத்தும் உனக்கு வருத்தம் தேவையில்லை. அதே சமயம் இப்பொழுது நான் கூறும் எந்த வார்த்தையும் உன் காயத்திற்கு மருந்து போடும் சக்தியற்றவை. முகத்தைக் கழுவிக் கொண்டு வா வினு. இங்க வந்து ரொம்ப நேரமாகுது. நாம வெளில போகலாம்".

முகத்தைக் கழுவியும் மறையாத, மறைக்க முடியாத அவள் தன் விழிகளில் ஒட்டியிருந்த சோகமும் சிவந்திருந்த கண்களும் அகிலனுடைய வேதனையை அதிகரித்தன.

இருவரும் வெளியில் வந்த பிறகு வினு அவர்களுக்காக வாங்கியிருந்த பொருட்களை மலர்ச்செல்வியிடமும் அனுவிடமும் கொடுத்தாள். இருவரும் குழம்பி நின்றனர். பின் மலர்ச்செல்வி

"இதெல்லாம் இப்போ எதுக்கு வினு?" என்று கேட்க வினு மௌனமாயிருந்தாள்.

"நம்ம வீட்டுல யாருக்குமே பிறந்த நாள் இல்ல, எந்த விசேஷமும் இல்ல. பிறகு இது எதற்கு வினு?"

"ஏன் அத்தை? விசேஷம்ன்னா தான் வாங்கிப்பீங்களா? இல்லன்னா வாங்கிக்க மாட்டீங்களா? உங்க எல்லார்க்கும் கொடுக்கணும்னு தோணுச்சு. அதான் வாங்கினேன் அத்தை".

"மாமா எங்க அகில்?"

"அப்பா வெளில போயிருக்காரு வினு".

"சரி மாமா வரட்டும். அவரையும் பார்த்துட்டு இதை நான் அவருகிட்டயே குடுத்துட்றேன்".

"அப்பா வர லேட் ஆகும். நீ வெய்ட் பண்ண வேணாம். உனக்கு லேட் ஆகிடும். நீ கிளம்பு".

"பரவால அகில், மாமா வரட்டும். நான் அவரப் பாத்துட்டே கிளம்பறேன்".

"நான்தான் சொல்றேன்ல வினு லேட் ஆகும்னு. திரும்ப நீ சின்னக் குழந்தை மாதிரி அடம்பிடிக்கற?"

அவனது முகம் சற்றே கோபமாக மாறவும் அவளும் புரிந்து கொண்டு மலர்ச்செல்வியிடம் அகிலனின் அப்பாவிற்காக வாங்கியிருந்த புத்தகங்களைக் கொடுத்து விட்டு அவரிடமும் அனுவிடமும் விடைபெற்றுக் கொண்டு கிளம்பினாள்.

பேருந்து நிறுத்தம் வரை உடன் வந்தவன் வினுவிடம்,

"நீ எதைப்பத்தியும் கவலைப்படாம போயிட்டு வா வினு. வேலைலாம் எப்படிப் போகுது? உன் ஃப்ரெண்ட்ஸ் கூட தானே இருக்க? அவங்க ரூமுக்கு ஷிஃப்ட் ஆகிட்டல்ல?"

"இல்ல அகில், நான் இப்போ சென்னைக்குப் போகல. எங்க வீட்டுக்குப் போறேன்".

"என்ன வினு திடீர்னு? நாளைக்கு ஆஃபிஸ் இருக்குல்ல?"

"ரெண்டு நாள் லீவ் போட்டு இருக்கேன் அகில்".

"எதுக்கு வினு?"

"சும்மா தான் அகில்".

"சும்மாலாம் நீ லீவ் போட மாட்டியே! இப்போ எதுக்குத் தேவையில்லாம லீவ் போட்டு இருக்க?"

அவன் விழிகளைப் பார்க்க முடியாமல் தன் பார்வையை வேறு பக்கம் செலுத்தி

"காரணம் எதுவும் இல்லை அகில், வீட்டுல இருக்கணும்னு தோணுச்சு. அதான்".

சில மணி நேரங்களுக்கு முன்பு அவன் வீட்டில் நடந்தவற்றையும், அவள் தன்னிடம் கூறிய விஷயங்களையும் வினுவின் சோகத்தையும் நினைத்துப் பார்த்தவனின் மனதில் ஏதேதோ எண்ணங்கள் ஓடத் தொடங்க அவளைத் தனியே அனுப்ப மனமின்றி அவளுடனேயே சென்று அவளை வீட்டில் விட்டு விட முடிவெடுத்தான்.

"நான் கிளம்பறேன் அகில், நீங்க வீட்டுக்குப் போங்க".

"இல்ல வினு நானும் உன் கூட வரேன். உன்ன உங்க வீட்டுல விட்டுடறேன்".

"அத்தை தேடுவாங்க அகில். நீங்க அவங்ககிட்ட சொல்லக் கூட இல்லையே!"

பாரதி

"ஒன்னும் பிரச்சினை இல்ல வினு. நான் ஃபோன் பண்ணி சொல்லிக்கறேன்".

"சரி அகில்".

இருவரும் கிளம்புவதற்கு முன் அகிலன் தன் அம்மாவை அழைத்து விபரம் மட்டும் தெரிவித்து விட்டுப் பின் இருவரும் புறப்பட்டனர். அந்த ஆறு மணி நேரப் பயணம் முழுவதும் வினுவின் மனதில் பல எண்ணக் கீற்றுகள் தோன்றி மறைந்து கொண்டிருந்தன. எத்தனை வருடங்கள் தன் மனதில் ஆசைகளும் கனவுகளும் வளர்த்துக் கொண்டிருப்பாள் இப்படி அவனுடன் பேருந்தில் பயணம் செய்ய. அது இப்படியொரு சூழ்நிலையில் தான் நிறைவேற வேண்டுமா என்று தன்னைத் தானே நொந்து கொண்டாள்.

நினைத்து நினைத்து வினுவின் நெஞ்சம் உடைய அவளது மனதும் கண்களும் விசும்பிக் கொண்டிருந்தன. அதை கவனிக்கத் தவறாதவன் அவளைத் தேற்ற எடுத்த அத்தனை முயற்சிகளும் பயனற்றுப் போகவே அவன் தோளில் சாய்ந்து அழ ஆரம்பித்தவளின் கண்ணீர்த் துளிகள் அவனது சட்டையையும் உள்ளத்தையும் நனைத்தன.

எத்தனை ஏக்கங்கள் அவள் மனதை பாரமாய் அழுத்திக் கொண்டிருந்தன? அவளின் எத்தனை ஆசைகள் தான் நிராசையாகவிருந்தன? எதையும் ஏற்க முடியாமல் எதையும் தாங்க முடியாமல் போகவே அவளது உலகம் மட்டும் இருண்டு விட்டது போன்றதொரு உணர்வு அவளுக்கு.

அந்த ஆறு மணி நேரமும் ஒரு வார்த்தையும் அவனிடம் பேசாது வேதனையில் மூழ்கியிருந்தவளின் மௌனமே அகிலனைப் பல விதங்களில் விபரீதமாக யோசிக்க வைத்தது. அவனுக்கிருந்த அச்சமே அவனை வினுவிடம் வெளிப்படையாக எதுவும் கேட்பதிலிருந்து தடுத்தது. இருவருக்கிடையேயும் இருந்த மௌன இடைவெளி அந்தப் பயணம் முழுதும் நீடித்தது.

அவளைக் கோயம்புத்தூர் பேருந்து நிலையத்தில் இறக்கி விட்டுவிட்டு அகிலன் திரும்பிச் செல்லும் போது எங்கும் இருள் பரவத் தொடங்கியிருந்தது அவர்கள் இருவரின் வாழ்க்கை உட்பட. அகிலன் தன் கண்களிலிருந்து மறையும் வரை அவனையே பார்த்துக் கொண்டிருந்தாள். வினுவின் தெளிவில்லாத முகத்தைப் பார்க்க மனமில்லாதவன் அவளை ஒரு முறையும் திரும்பிப் பார்க்காமல் அவள் பார்வையிலிருந்து விலகி விட்டான்.

அடுத்த அரை மணி நேரத்தில் வினு தன் வீட்டை அடைந்தாள். விணுவின் பெற்றோர் இருவருக்குமே அதிர்ச்சியும் ஆச்சர்யமும் மாறி மாறித் தோன்றி மறைந்தன.

"என்ன வினு போன வாரம் தான் வந்த. அதுக்குள்ள இந்த வாரமும் வந்து இருக்க?" என மாயா கேட்க,

"ஏம்மா போன வாரம் வந்தா இந்த வாரம் வரக்கூடாதுன்னு சட்டம் ஏதாவது இருக்கா?"

"அப்படியில்லை வினு".

"பின்ன எப்படிம்மா? ரெண்டு நாள் லீவ் போட்டுட்டு வந்துட்டேன்".

அவளின் ஏடாகுடமான கேள்விகளையும் பதில்களையும் கேட்ட மாயா அதற்கு மேல் எதுவும் பேசாமல் அமைதியானார். அதன் பிறகு மாடியில் தன் அறைக்குச் சென்றவள் இரவு உணவிற்குப் பார்த்திபன் அழைத்தும் கீழே வரவில்லை. அன்றிரவு நினைப்பதற்கும் கவலை கொள்வதற்கும் ஆயிரம் விஷயங்களிருந்தும் எதையும் பொருட்படுத்தாமல் பல நாட்களுக்குப் பிறகு, பல இரவுகளுக்குப் பிறகு நிம்மதியாக உறங்கிப் போனாள்.

மறுபுறம் இவனுக்கோ வழியெங்கும் மனதில் பல குழப்பங்கள். அன்று காலை வினு தன் வீட்டிற்கு வந்ததையும் அவள் பேசியவற்றையும் அவள் மன நிலையையும் நினைவு கூர்ந்தவனின் சிந்தனை தெளிவற்று இருந்தது. 'இவ்வளவு மனமுடைந்து பேசினாளே! தவறான விபரீதமான முடிவேதும் எடுத்து விடுவாளோ?' என்று கூட அஞ்சினான். மறுகணமே அப்படி எதுவும் நிகழ்ந்து விடக்கூடாதென்று கடவுளையும் வேண்டினான். இருந்தும் ஏதோ ஒன்று அவன் மனதை நெருடிக் கொண்டேதானிருந்தது. அவளுக்கு ஆறுதல் கூறினானே தவிர உள்ளுக்குள் இவனுக்கும் மலையளவு அச்சம் இருக்கவே செய்தது.

'விணுவின் பெற்றோர் கடைசி வரை ஒத்துக் கொள்ளாமல் போய் விட்டால் என்ன செய்வது?' என்பது மாதிரியான எண்ணங்கள் அவன் நெஞ்சை உலுக்கிக் கொண்டிருந்தன. இரவு வீடு வந்து சேர்ந்தவனை அவளது கண்ணீரும் வாடிய நெஞ்சமும் ஆட்கொண்டிருந்தன. தூங்கச் சென்ற பின்பும் அவளது அழுது சிவந்த முகம் தன் கண்முன் தோன்றித் தோன்றி மறைந்து கொண்டிருந்தது. அன்றிரவு முழுவதும் காரணம் தெரியாமல் அகிலனின் மனம் பதைபதைத்து. இதயம் அதிவேகமாக துடித்துக் கொண்டிருந்தது. ஏதோ ஒன்று தவறாக நிகழப் போகிறது என்று அவனது உள்ளுணர்வு சொல்லிக் கொண்டு போகவே உலகிலுள்ள

அத்தனை தெய்வங்களையும் வேண்டியபடி அன்றிரவு கரைந்து கொண்டிருந்தது.

அடுத்த நாள் காலை மிகுந்த உற்சாகத்துடன் எழுந்தவள், மாடியிலிருந்து கீழே இறங்கி வந்தவள் செய்தித்தாள் படித்துக் கொண்டிருந்த பார்த்திபனிடம்,
"அப்பா இன்னைக்கு வெளில எங்கயாவது போய்ட்டு வரலாமா? வீட்டுலயே எவ்ளோ நேரம் இருக்கறது? ரொம்ப போர் அடிக்குதுப்பா".
"சரிம்மா போய்ட்டு வரலாம்".

மாயா சமைத்து முடித்து விட்டு வந்தவுடன் மூவரும் காலை உணவை முடித்துக் கொண்டு வெளியில் கிளம்பினர். அன்று முழுவதும் பல இடங்களுக்குச் சென்று விட்டு வீடு திரும்பும் போது இரவாகி விட்டிருந்தது. இருவருக்கும் குட் நைட் சொல்லி விட்டுத் தன் அறைக்குள் நுழைந்தவள் அறைக்கதவைத் தாழிட்டுக் கொண்டு விட்டுத் தன் கட்டிலில் விழுந்து வெடித்து அழ ஆரம்பித்தாள்.

இப்படி ஒரு நாள், ஒரு சூழ்நிலை தனக்கு நேருமென்று அவள் கனவிலும் எதிர்பார்த்திருக்கவில்லை. தன் வாழ்வின் கடைசி நாள் இது தான் என்பதை நினைத்து ஒளியிழந்தாள். வெகு நேரம் அழுது தன்னைத் தானே சமாதானப் படுத்திக் கொண்டவள் ஒரு வெள்ளைத் தாளை எடுத்துத் தன் பெற்றோருக்குத் தன் மனதிலிருந்ததை எழுதத் தயாரானாள்.

கடிதத்தை முடிக்கும் போது அவள் விழிகளோடு அந்தக் கடிதமும் நனைந்திருந்தது. ஆயிரமாயிரம் கனவுகளை சுமந்த அந்தக் கடிதம் சற்று கனமானதாகவேயிருந்தது விணுவின் இதயத்தைப் போலவே!

தன் வாழ்வின் கடைசிப் பக்கங்களை எழுதியிருந்தவள் அன்றிரவு மாயாவும் பார்த்திபனும் தூங்கிய பிறகு தன் வாழ்வின் கடைசி அத்தியாயத்தையும் எழுதி விட்டிருந்தாள்.
ஆம்....................
ஒரு நொடிப் பொழுதில் வரமாய் வாங்கிக்கொண்டு வந்த வாழ்வை முடித்துக் கொள்ளத் துணிந்து அதை செய்தும் விட்டாள். இது எதுவுமறியாது தூங்கிக் கொண்டிருந்த அவளது பெற்றோருக்கு அதுவே அவர்கள் நிம்மதியாகத் தூங்கிய கடைசி இரவாகவும் ஆகிப் போயிற்று.

கண்ணாடி காலங்கள்

அடுத்த நாள் காலை எழுந்து பார்த்திபனுக்குக் காஃபி கொடுத்து விட்டு வழக்கம் போல் விணுவை எழுப்ப வந்த அவளின் தாயார் விணுவின் கோலத்தைக் கண்டதும் அதைத் தன் மூளை ஏற்க மறுத்ததைப் போல் உணர்ந்தார். நடந்தவற்றையும், நடந்து கொண்டிருப்பதையும் யூகிக்கக் கூட அவரால் முடியவில்லை. துக்கம் அவரது நெஞ்சை அடைத்துக் கொண்டது. வீறிட்டு அழத் தொடங்கினார்.

அவரின் சத்தம் கேட்டு பதறிப் போய் மாடிக்கு ஓடி வந்த பார்த்திபன் இறந்து போய் கட்டில் மேல் விழுந்து கிடந்த விணுவைப் பார்த்ததும் ஓடி வந்து கட்டிலில் அமர்ந்து கொண்டு அவளை வாரி அணைத்துத் தன் மேல் கிடத்தித் துடித்துப் போனார். இருவரும் சில கணங்கள் தங்கள் உலகமே நின்று விட்டதைப் போலுணர்ந்து செய்வதறியாது திகைத்துப் போய் நின்றனர்.

பிறகு அவர்களது உறவினர்களுக்கும், விணுவின் நண்பர்களுக்கும் இந்தத் துயரத்தைத் தெரிவித்து விட்டு நடக்க வேண்டியவற்றைக் கவனிக்கத் தொடங்கினர். சிறிது நேரத்தில் அவர்களின் இரு குடும்பங்களும் வந்து விட்டன. விபரம் தெரிந்து ஷக்தி வருவதற்குள் மதியத்திற்கு மேலாகி விட்டிருந்தது.

விணுவின் அம்மா ஷக்தியை அழைத்து அவளிடம் கூறியவுடன் முதலில் நம்ப மறுத்தவள் தன் தலையில் இடியிறங்கியது போலுணர்ந்தாள். அலுவலகத்திற்குக் கிளம்பிக் கொண்டிருந்தவள் அதையெல்லாம் அப்படியே விட்டுவிட்டு விணுவின் இல்லத்திற்கு விரைந்தாள். வரும் வழியில் திடீரென்று அகிலனின் ஞாபகம் வரவே அவனை அழைத்தாள்.

"ஹலோ அகிலன்".
"சொல்லுங்க ஷக்தி, எப்படியிருக்கீங்க? ஏன் இவ்ளோ பதட்டமா பேசறீங்க?"
"நாம் மோசம் போய் விட்டோம் அகில்".
கேட்டவனுக்கு ஒரு நிமிடம் உடம்பெல்லாம் நடுக்கமெடுக்க ஆரம்பித்தது. அவனது எண்ணங்கள் அவனையும் மீறி விபரீதமாக ஓடத் தொடங்கின. அவன் நினைத்தது மட்டும் நடந்திருக்கக் கூடாதென ஷக்தி பதில் கூறுவதற்குள்ளாகவே ஓராயிரம் முறை வேண்டினான். அவை அனைத்தும் பொய்யாய்ப் போய் விட்டதென்று அவன் அந்த ஒரு நொடியில் நினைக்க வில்லை. என்ன நடந்தாலும் தன் விணு தவறாக எதுவும் செய்து விட மாட்டாளென்ற அதீதமான நம்பிக்கை அகிலனுக்கு விணுமேல் இருக்கவே செய்தது.

"என்ன சொல்றீங்க ஷக்தி?"

"வினு செய்யக் கூடாதத செஞ்சுட்டா அகிலன். நம்ம வினு நம்மள விட்டுட்டுப் போயிட்டா" சொல்லிக் கொண்டிருக்கும் போதே குரல் தழுதழுத்துக் கண்ணீர் மல்கினாள்.

கேட்டுக் கொண்டிருந்தவனின் இதயம் சில வினாடிகள் துடிக்க மறந்து வெடிக்க ஆரம்பித்தது. எது நடந்து விடுமோ என்று ஓரிரு தினங்களாக அஞ்சிக் கொண்டிருந்தானோ எது நடந்து விடக் கூடாதென்று உலகிலுள்ள அனைத்துத் தெய்வங்களையும் வேண்டிக் கொண்டிருந்தானோ அது நடந்தே விட்டது. கேட்டவுடன் தலையில் கை வைத்துக் கொண்டு இடிந்து போய் அமர்ந்தவன் தன் அலுவலகத்தில் தன்னைச் சுற்றி நடந்து கொண்டிருந்தவற்றைப் பொருட்படுத்தாமல் விசும்பத் தொடங்கினான். காட்சிகள் யாவும் அவன் கண்ணீர்த் துளிகளில் புதைந்து கொண்டிருந்தன.

எதையும் யோசிக்காமல் எதையும் யோசிக்க மனமுமில்லாமல் உடனடியாக அலுவலகத்திலிருந்து கிளம்பி கோயம்புத்தூருக்கு செல்ல முடிவெடுத்தான். பேருந்து, ரயில் என எதற்கும் காத்திருக்கப் பொறுமையில்லாதவன் தனது இரு சக்கர வாகனத்தை எடுத்துக் கொண்டு அங்கிருந்து ஒரு நொடியும் நேரம் தாழ்த்தாமல் உடனே கிளம்பினான். நொடிக்கு நொடி அந்த வேதனை அவன் மனம் முழுதும் குத்தி அவனைக் கிழித்துக் கொண்டிருந்தது. வழியெங்கும் ஒரு விதமான பரிதவிப்பு. இத்தனை வலியிலும் ஷக்தி சொன்னதெல்லாம் பொய்யாகிப் போக வேண்டும், அப்படியே விபரீதமாக ஏதாவது நேர்ந்திருந்தாலும் வினுவின் பெற்றோர் அவளைக் காப்பாற்றியிருக்கக் கூடுமென்ற குருட்டு நம்பிக்கை அவன் மனதில் ஒரு ஓரமாக இருக்கவே செய்தது.

ஐந்தே மணி நேரத்தில் கோயம்புத்தூரை அடைந்த அவன் அதற்கு மேல் எப்படி செல்வதென்று வழி தெரியாமல் போகவே ஷக்தியை அழைத்து வினுவின் வீட்டிற்கு எப்படிச் செல்ல வேண்டுமென்பதையும் முகவரியையும் கேட்டுக் கொண்டான். அந்த ஐந்து மணி நேரமும் அவனுக்கு ஐந்து யுகங்களாகவே மாறிப் போயின. அழுதழுது அவன் விழிகளைப் போலவே அவனது இதயமும் வறண்டு விட்டிருந்தது.

'இரண்டு நாட்களுக்கு முன்னர் தானே அவளை இதே இடத்தில் கொண்டு வந்து விட்டேன். இரண்டு நாட்களுக்குள் அவளை இறுதியாய்

ஒரு முறை பார்க்க வருவேனென்று நினைத்துக் கூடப் பார்க்க வில்லையே இறைவா! இப்படி எதுவுமே நிகழ்ந்து விடக்கூடாதென்று தானே அவளுக்கு ஆறுதல் கூறி அவள் கூடவே வந்து அவளை இங்கு விட்டுவிட்டுக் கிளம்பினேன். தவறு செய்து விட்டேனோ? அவளை, என் வினுவை என்னிடமிருந்து போக விட்டிருக்கக் கூடாதோ? என்ன நடந்தாலும் நானிருக்கிறேன் என்று அவளை இறுகப் பற்றி நீ எனக்கானவள் என்று கூறியிருக்க வேண்டுமோ? எவ்வளவு பிரச்சினைகள் வந்திருந்தாலும் வினுவின் உயிராவது மிஞ்சியிருக்கும்! அல்லது இதிலெதுவுமே வேண்டாம். அவளே என்னிடம் வந்து நாம் பிரிந்து விடலாம் என்று கூறியிருந்தால் கூட அவளுக்கு நிம்மதி தரும் முடிவைத் தானே நான் எடுத்திருப்பேன். அவளை வற்புறுத்தியிருக்க மாட்டேனே!

எங்களின் காதல் இல்லாமல் போயிருந்தாலும் எங்காவது ஓரிடத்தில் அவள் உயிரோடிருந்திருப்பாளே! ஒரு நொடியும் யோசிக்காமல் அவளது பெற்றோருக்கும் எனக்கும் எவ்வளவு வலிக்குமென்று எதையும் நினைக்காமல் இப்படியொரு முடிவெடுத்து விட்டாளே! அந்தக் குழந்தை மனம் இப்படி செய்யத் துணிந்த போது எவ்வளவு வலித்திருக்கும்? எவ்வளவு அழுதிருக்கும்? எவ்வளவு நொறுங்கியிருக்கும்? அந்த வேதனையிலும் ஒரு நொடி என்னை எதிர்பார்த்திருப்பாளே நான் எல்லாவற்றையும் சரி செய்திடுவேனென்று. எதிர்பார்த்த எதுவும் நடக்காமல் போகவே ஏமாற்றத்தோடு இப்படி ஓர் முடிவிற்கு அவள் தள்ளப்பட்டிருக்கிறாள்.

அகிலா! பாவி! கொடுத்த வாக்கைக் காப்பாத்த முடியாதவனாகி விட்டாயேடா துரோகி! அந்தப் பெண்ணின் மனம் கடைசி வரை உன்னை நம்பி ஏதாவது நல்லது நிகழ்ந்து விடாதா என்று எண்ணி எவ்வளவு தவித்திருக்கும்? எவ்வளவு துடித்திருக்கும்? அநியாயமா அந்தப் பொண்ணுக்குத் துரோகம் செஞ்சுட்டியேடா!'

வழியெங்கும் இப்படிப் பலவாறாக நினைத்து வண்டியை செலுத்தியவன் பத்தே நிமிடங்களில் அவளது இல்லத்தையும் அடைந்தான். வாசலிலிருந்த அவர்களது உறவினர்களையும் ஒரு சில நண்பர்களையும் தாண்டி முன்னே சென்றான்.

அதோ அங்கே தான்............ அந்த இடத்தில் தான் தன் வினு, தன் மகாராணி பளிங்குச் சிலையாய்ப் படுக்க வைக்கப் பட்டிருந்தாள். பார்த்த மாத்திரத்திலேயே அவள் முன் விழுந்து ஓவென்று கதற ஆரம்பித்தான்.

"உன்ன ரொம்ப தைரியமான பொண்ணுன்னு நெனச்சேன் வினு! ஒரு நிமிஷத்துல இப்படி எல்லாத்தையும் பொய்யாக்கிட்டயேம்மா? பாவி அநியாயமா இப்படி எல்லாரையும் விட்டுட்டுப் போயிட்டயேடி. நீ எனக்கு வேணாம் என்ன விட்டுடு, இனிமே என்னைத் தொல்லை பண்ணாதன்னு சொல்லியிருந்தா கூட ஒதுங்கியிருப்பேனே அம்மு! அதற்காக இப்படி ஒரு முடிவா? உன் பெற்றோரையும் காயப்படுத்த விரும்பாமல் என்னையும் நோகடிக்க விரும்பாமல் உனக்கு நீயே இவ்வளவு பெரிய தண்டனை கொடுத்துக் கொள்ள வேண்டுமா? ஒரு நொடியில் உன் உயிரைப் போக்கிக் கொண்டாய். ஆனால் வாழ்நாள் முழுதும் இந்த ரணங்கள் எங்களுக்குத் தானே! எழுந்து உன் அம்மாவையும் அப்பாவையும் பார் வினு. அவர்களது முகத்தை ஒரு முறையேனும் நீ பார்த்திருந்தால் இப்படி உனக்குத் தோன்றியிருக்குமா?

கடைசியா உன்னப் பாத்தப்போக்கூட கேட்டேனே வினு என்ன பிரச்சினைனு. ஒண்ணுமில்ல ஒண்ணுமில்லைன்னே இப்படிக் கடைசில எதுவுமே இல்லாம பண்ணிட்டியே வினு! நான் தான் உங்கம்மா அப்பாகிட்ட பேசறேன்னு சொன்னேனே அம்மு? பொறுமையில்லாம அவசரப்பட்டுட்டியே! எழுந்து வந்துரு வினு! நீ இப்படி இருக்கறத எங்க யாராலயும் பாக்க முடியல வினு. எழுந்து வந்து சொல்லு வினு நீ என்னையும், நம்ம லவ் இப்படி எல்லாத்தையும் மறந்துரு, நான் திரும்ப எங்க அம்மா அப்பாவோட பொண்ணாவேயிருந்திட்டுப் போறேன் என்ன மறந்துரூன்னு சொல்லு வினு. நான் கண்டிப்பா உன் பேச்சைக் கேக்கறேன். ஒரு வார்த்தை கூட மறுத்துப் பேச மாட்டேன். நீ மட்டும் திரும்ப வந்துரு வினு அது போதும் எனக்கு. வாழ்க்கையில இனி உன் கண்ணுல படாத தூரத்துக்கு போயிடுறேன். நீ உயிரோட இருந்தா அதுவே போதும் வினு எனக்கு. தயவு செஞ்சு வந்துரும்மா!"

என்று விம்மி அழுது கொண்டிருந்தவன் ஏதோ ஞாபகம் வந்தவனாய் எழுந்து வினுவின் அம்மாவும் அப்பாவும் நின்று கொண்டிருந்த இடத்தை நோக்கி வந்து அவர்களின் காலில் விழுந்து,

"தயவு செஞ்சு ரெண்டு பேரும் என்ன மன்னிச்சுருங்க" என்று கெஞ்ச ஆரம்பித்தான். திடீரென்று அவனது இந்த செயலை எதிர்பார்த்திராதவர்கள் ஒரு கணம் அவனை கேள்விக் குறியாய் நோக்கினர். பிறகு இருவரும் அவனை எழுப்பி, வினுவின் அம்மா விம்மி, வெடித்து, கதறி, விசும்பி, தேம்பியழுது வற்றியிருந்த குரலில்,

"நீ யாருப்பா? வினுவோட கூடப் படிச்ச பையனா? உன்னைப் பாத்ததேயில்லையே!" எனக் கேட்டார்.

கண்ணாடி காலங்கள்

"உங்கள மாதிரி வினுவும் என்ன வாழ்க்கையில பாக்காமயே இருந்திருந்தா அவ நல்லாயிருந்திருப்பா".

"நீ யாருப்பா?"

"வினுவைக் கொன்ற கொலைகாரன். அவளின் இந்த முடிவிற்குக் காரணமான மிருகம் நான்தான். உங்கள் மகளை உங்களிடமிருந்து பிரித்த ஈவு இரக்கமில்லாதவன்".

ஒன்றும் புரியாது நின்றவர்கள்

"என்னப்பா சொல்ற நீ?" என்று கேட்க

"உங்க பொண்ணு விரும்பின அந்த மகாபாவி நான் தான். உங்ககிட்ட நான் பேசிப் பாக்கறேன், எல்லாத்தையும் நான் சரி பன்றேன்னு சொன்ன எதையும் யோசிச்சுப்பாக்காம அவளோட முடிவை அவளே தேடிக்கிட்டா. பாவி! பாவி! யோசித்துப் பார்த்தால் இந்த விபத்திற்கும் அதனால் உங்கள் இருவருக்கும் ஏற்பட்ட வாழ்நாள் முழுதும் ஈடு செய்ய முடியாத இந்த இழப்பிற்கும் நானே காரணம். அவ வாழ்க்கையில நான் குறுக்கிடாம இருந்திருந்தா அவ இந்நேரம் சந்தோஷமா இருந்திருப்பா. சொல்லப்போனால் இது தற்கொலையல்ல, இது ஒரு கொலை. முழுக்க முழுக்க என்னால் நடந்த விபரீதம். ஆயுள் முழுதும் இதற்கு மன்னிப்பில்லை என்று தெரியும். இருந்தாலும் இதை உங்களிடம் ஒரு பிச்சையாகக் கேட்கிறேன். தயவு செய்து நீங்கள் இருவரும் என்னை மன்னித்து விடுங்கள்" என்றான்.

புரிந்து கொண்ட அவர்களால் பதிலேதும் பேச முடிய வில்லை.

"உன்ன மன்னிக்க எங்களுக்கு எந்த உரிமையும் இல்லப்பா. எங்களின் வாழ்க்கையும், உலகமும் ஒரு நொடியில் முடிந்து விட்டது. இனி எதைப் பேசியும் பயனில்லை. உன் மேல் எந்தத் தவறுமில்லை" என்று பார்த்திபன் கூற அதற்கு மேல் அங்கு நிற்க முடியாதவன் அங்கு கேட்டுக் கொண்டிருந்த ஓசைகள் எதுவும் காதில் விழாதவனாய் அங்கிருந்து நகர்ந்தான்.

அன்று மாலை அனைத்தும் முடிந்த பிறகு அவள் நினைவுகளுடன் சேர்ந்து அவளையும் புதைத்த பிறகு வீடு திரும்பிய பார்த்திபன் அவள் கடைசியாக வைக்கப் பட்டிருந்த இடத்தில் அமர்ந்து கண்ணீர் மல்க,

"எங்களுக்கு முன்னாடி நீ போயிட்டியேம்மா. நீ பொறந்தப்போ உன்ன முதன் முதலா தூக்குன இந்தக் கையாலேயே உனக்கு மண் தள்ள வைத்து விட்டாயே வினு! நீ இல்லாத சொர்க்கம் கூட எங்களுக்கு வேண்டாம்டா. நீ மட்டும் வந்துடு செல்லம். எங்களுக்கு அது போதும்.

இனி உன் கொலுசின் ஓசைகள் நம் வீட்டில் நிரந்தரமாக அற்றுப் போய் விடுமே வினு. நீ துள்ளித் திரிந்த இந்த வாசல் கூட உன் பிரிவை ஏற்க முடியாமல் வாடுகிறதும்மா. நீ வெளில படிச்சாலும் வேலையில இருந்தாலும் வெள்ளிக்கிழமை ஆகிட்டா போதுமே நீ ராத்திரி வருகிற வரைக்கும் ரெண்டு பேரும் வாசலிலேயே காத்திருப்போம்! இனி யாருக்காக அந்த சனிக்கிழமை ஞாயிற்றுக் கிழமை எதிர்பார்ப்புகள் வினு? உன் சிரிப்பொலிகள், சிறு பிள்ளைத் தனமான குறும்புகள் என எல்லாவற்றையும் தொலைத்து விட்டு நிற்கிறோம் வினு.

இனி நீ பேனாவால் கிறுக்காத என் சட்டைகள், நீ போட்டுப் பார்க்காத என் கண்ணாடி, நீ பயன்படுத்தாத உன் அம்மாவின் கால் செருப்புகள், நீ சூடிக்கொள்ளாத நம் தோட்டத்து ரோஜா, காலை வேளைகளில் கடவுளுக்கு இனிமேல் நீ ஏற்றாத கற்பூரம், நீ அலங்கோலப் படுத்தாத நம் வீட்டு சமையலறை, மழையில் இனி நீ செலுத்தாத காகிதக் கப்பல், இனி நீ தலை வாரிக்கொள்ளாத என் சீப்பு, உன் மலர்ப்பாதம் படியாத நம் வீட்டு மாடிப் படிகள், நீ வாசித்திடாத நம் வீட்டு வீணை, இனி விளையாட ஆளில்லா நம் கூடத்து ஊஞ்சல், உன் உடைகள், உன் பொருட்கள் இப்படி ஒவ்வொன்றும் உன்னை நினைவூட்டிக் கொண்டேயிருக்குமேடா. அன்பால் நிறைந்திருந்த இல்லம் இனி இவையனைத்தும் அற்றுப் போய் வெற்றுக் கட்டிடமாகவேயிருக்கும்டா. சுயநலமாகவே கேட்கிறேன், எங்களுக்காக இவை அனைத்தையும் மீட்டுக் கொடுத்திடுடா" என்று கூறிக்கொண்டிருக்கும் போதே வினுவின் அம்மா,

"எல்லாம் என்னால தான். நான் மட்டும் கொஞ்சம் அவ சொன்னதை யோசிச்சுப் பார்த்திருந்தா மனசு மாறி ஏத்துக்கிட்டிருந்தா நம்ம பொண்ணு நம்ம கூடவேயிருந்திருப்பாளே! உயிர் கொடுத்த நானே அவள் உயிரைப் பறித்து விட்டேனே! மகாபாவி ஆயிட்டேங்க. வாழ்நாள் முழுதும் கண்ணீர் சிந்தும் படி ஆக்கிவிட்டு சென்று விட்டாளே! பாவி! பாவி! மூனு வருஷமா ஒரு வார்த்தை பேசாம, தப்பா ஒரு விஷயம் பண்ணாம, நமக்காக மட்டுமே காத்திருந்தாள். ஒரு நிமிஷம் கூட அதைப்பத்தி யோசிக்காம போயிட்டேன்! இனி ஆயுள் முழுதும் ஒரு ஒரு நிமிஷமும் அதை மட்டுமே யோசிக்கும் படி வைத்து விட்டாளே!" என்று விம்மத் தொடங்கினார்.

ஆறுதல் தேடிக்கொண்டிருந்த மனிதன் தன் மனைவி அழத் தொடங்கியதும் அவரைத் தேற்ற முற்பட்டு எதுவும் பலன் தராமலேயே

போயின. சிறிது நேரம் கழித்து அவளது அறைக்குச் சென்றவர்கள் அவளது மேஜை மீதிருந்த கடிதத்தைப் பிரித்துப் பார்த்தனர்.

அவள் எழுதியிருந்ததாவது,

"என் செல்ல பிரியமான பார்த்திபன் மாயாவிற்கு,

எல்லாக் குழந்தைகளும் என் அம்மா அப்பாவைப் போல் யாருமேயில்லை எனக் கூறுவது போன்ற பெருமையும் கர்வமும் எனக்கும் உண்டு. இருபத்தி நான்கு வருடங்கள் நீங்கள் இருவரும் என்னை ஓர் மகாராணியைப் போலவே வளர்த்துள்ளீர்கள். அதற்காக என் வாழ்நாள் முழுதும் நான் கடமைப் பட்டிருக்கிறேன். மன்னிக்கவும். அது இன்னும் ஒரு சில மணி நேரங்களில் முடியப் போகிறது. ஆகவே என் வாழ்நாளிற்குப் பிறகும் கடமைப் பட்டவளாயிருப்பேன்.

சின்ன வயசுலயிருந்தே என்னோட எல்லாத் தேவைகளையும் தேவைகளைத் தாண்டி எல்லா ஆசைகளையும் எதிர்பார்ப்புகளையும் நான் கேட்கும் முன்னரே நிறைவேற்றியிருக்கிறீர்கள். இத்தனை வருடங்கள் எந்த ஒரு விஷயத்திலும் ஒரு சிறு குறை கூட வைக்காமல் என்னை வளர்த்துள்ளீர்கள். சுருக்கமாகக் கூற வேண்டுமென்றால் இத்தனை வருடங்களாக எனக்கு இந்தப் பூமியிலேயே ஒரு சொர்க்கத்தைக் கொடுத்துள்ளீர்கள். ஆனால் எனக்குத்தான் அதை முழுமையாக அனுபவிக்கக் கொடுத்து வைக்க வில்லை.

எனக்கு நிறைய ஆசைகள் இருக்குப்பா. சாரி! இருந்துச்சு. எப்படி எனக்கு சாப்பிடக் கத்துக் குடுத்தீங்களோ, எப்படி எனக்கு ஏ பி சி டி எழுதக் கத்துக் குடுத்தீங்களோ, என்னோட சின்ன வயசுல எப்படி என்ன வண்டியிலேயே வச்சுட்டு மார்க்கெட், கோவில், கடைவீதி, மளிகைக் கடைன்னு கூட்டிட்டுப் போனீங்களோ, எப்படி நான் கார்ட்டூன் சேனல் பார்த்தப்போலாம் என் கூடவே உட்கார்ந்து பார்த்தீங்களா, எப்படி எனக்கு நல்ல ஸ்கூல், காலேஜ்னு தேர்ந்தெடுத்தீங்களோ, எப்படி எனக்கு ஓடம்பு சரியில்லைன்னா உடனே ஆஃபிசுக்கு லீவ் போட்டுட்டு என் கூடேயிருந்து என்ன உங்க மடியிலேயே படுக்க வச்சு கவனிச்சுட்டீங்களோ, எப்படி அம்மாவுக்கும் எனக்கும் சண்டை வந்தோப்போலாம் எனக்கு சப்போர்ட் பண்ணுனீங்களோ, எப்படி எனக்குக் கார் ஓட்டக் கத்துக் குடுத்தீங்களோ, எப்படி என்ன ஒரு தைரியமான பொண்ணா இந்த சமூகத்துல வளர்த்தியிருக்கீங்களோ, அதே மாதிரி என் பொண்ணுக்கும் இதெல்லாம் நீங்க பண்ணனும்னு ரொம்ப ஆசைப்பட்டேன் அப்பா.

அம்மா..........எப்படி நான் அழும்போதெல்லாம் தாலாட்டுப் பாடி என்னத் தூங்க வச்சீங்களோ, எப்படி நான் சின்ன வயசுல என்ன காரணம்னே சொல்லத் தெரியாம இருந்தப்போலாம் அது என்னன்னு கண்டுபிடிச்சு எல்லாத்தையும் சரி பண்ணுனீங்களோ, எப்படி எனக்குக் கவிதை, வீணைலாம் வாசிக்கக் கத்துக் குடுத்தீங்களோ, எப்படி எனக்கு ஆண், பெண் வித்தியாசம் இல்லாம எல்லார்கிட்டயும் ஃப்ரெண்ட்லியா பழக சொல்லித் தந்தீங்களோ, எப்படி ஒரு விசேஷம்னா உங்கள விட அதிகமா என்ன அழகுபடுத்திப் பார்த்து ஆசைப்பட்டீங்களோ, எப்படி நீங்க எனக்கு சமைக்கக் கத்துக் குடுத்தீங்களோ, எப்படி நான் ஸ்கூல் காலேஜ்ல பரிசு வாங்குனப்போலாம் ரொம்ப சந்தோஷப் பட்டீங்களோ, எப்படி நான் தப்பா ஏதாவது செய்யும் போதெல்லாம் கண்டிப்பான அம்மாவா நடந்திருக்கீங்களோ, எப்படி நான் சில விஷயங்களில் தோத்துப் போனாப்போலாம் என்ன விட அதிகமா என் திறமை மேல நம்பிக்கை வச்சு என்ன ஊக்கப்படுத்தியிருக்கீங்களோ, அதே மாதிரி நீங்க என் பொண்ணுக்கும் செய்ய வேண்டுமென்று ரொம்ப ரொம்ப ஆசைப்பட்டேன் அம்மா.

நம்ம ஆசப்பட்டுட்டா மட்டும் எல்லாம் நடந்துடாது. அதுக்குக் கடவுளும் மனசு வைக்க வேண்டுமென்று நன்றாகப் புரிந்து கொண்டேன். இந்த ஜென்மத்தில் உங்க ரெண்டு பேரோட முழு அன்பையும் சந்தோஷமா அனுபவிக்கறதுக்குக் கடவுளோட ஆசீர்வாதம் எனக்குக் கிடைக்கவில்லை. இப்போவும் உங்க மேல எனக்கு எந்தக் கோவமோ வருத்தமோ இல்லை. ஒரு அம்மாவா அப்பாவா உங்க மனசுக்கு சரின்னு பட்டதை நீங்க செஞ்சு இருக்கீங்க.

ஆனா என்னால நான் விரும்புன ஒருத்தர் இல்லாம இன்னொருத்தங்க கூட என் வாழ்க்கையைப் பங்கிட்டுக் கொள்ள முடியும் என்று எனக்கு நம்பிக்கையில்லை. இப்போதும் கூட அப்படி வாழ மனமின்றி ஓர் கோழையாகவே இந்த முடிவெடுக்கத் துணிகிறேன். இனி இந்த உலகத்தில் நானில்லாது போனாலும் என் நினைவுகள் என்றும் உங்களைச் சூழ்ந்த படியே தானிருக்கும். என் உடல் தான் உங்களை விட்டுப் பிரியுமே தவிர என் உயிர் உங்கள் இருவரிடமும் தான் எப்போதும் ஒட்டிக்கொண்டிருக்கும் என்றே தான் நான் நம்புகிறேன்.

இந்த இருபத்தி நான்கு வருடங்களில் என் ஒருத்திக்காக மட்டுமே நீங்கள் இருவரும் செய்த தியாகங்களுக்காக என்றென்றும் கடமைப்பட்டிருக்கிறேன். இந்த உலகத்தில் எனது கடைசி நாளன்று உங்கள் இருவரையும் சந்தோஷமாக வைத்திருக்க நினைத்தேன். இத்தனை வருடங்களாக என் முகத்திலும் மனதிலும் மகிழ்ச்சியை மட்டுமே நிறைத்திருக்கிற உங்கள் இருவரின் முகத்திலும் இன்பத்தை

மட்டுமே காண விரும்பினேன். அதனால் தான் இன்னைக்குக் காலையில கூட உங்ககிட்ட வெளியில எங்கேயாவது போயிட்டு வரலாமான்னு கேட்டேன் அப்பா. அது நடந்து விட்டது. உங்க ரெண்டு போரையும் சந்தோஷப் படுத்துன முழு திருப்தி இப்போ எனக்கு இருக்கு. மாயாவிற்கும் பார்த்திபனுக்கும் எனது கோடி முத்தங்கள்.

என்றும் உங்கள் இம்சை ராணி,
வினு".

படித்து முடித்த போது இருவரும் நெஞ்சம் கனத்து உணர்வற்றுப் போயிருந்தனர்.

கோயம்புத்தூரில் வினுவின் இல்லத்திற்குச் சென்று வந்த பிறகு அகிலன் தன் வீட்டாரிடம் நடந்ததைத் தெரிவித்த போது அவர்களும் மிகுந்த வேதனைக்குள்ளானார்கள். அப்பொழுதும் தங்கள் மகன் மீது அவர்கள் இருவரும் வைத்திருந்த நம்பிக்கை சிறிதும் குறையவில்லை. அவனுக்கு ஆறுதல் கூறிவிட்டு அவனை அவன் போக்கிலேயே விட்டு விட்டனர். இவனும் அவளைப் போல தவறான முடிவேதும் எடுக்க மாட்டான், சில நாட்களில் தங்களிடமே திரும்பி வந்து விடுவானென்ற பரிபூரண நம்பிக்கை அவர்களுக்கிருந்தது.

அதற்குப் பிறகு ஒரிரு நாட்களில் வினுவின் கடிதம் அகிலனுக்குக் கிடைத்தது. அதிலிருந்த பெயரைப் பார்த்ததுமே இடிந்து போனவன் சக்தியற்று அதைப் பிரித்துப் படிக்க ஆரம்பித்தான்.

"என் அன்பிற்குரிய அகிலனுக்கு..... உங்கள் அம்மு முதலும் கடைசியுமாய் எழுதிக் கொள்ளும் கடிதம்......

ஹாய் அகில், இந்த லெட்டர் உங்களுக்குக் கிடைக்கும் போது நீங்க இதைப் படிக்கும் போது நான் இருக்க மாட்டேன். எனக்கு உங்ககிட்ட ஒரே ஒரு வேண்டுகோள் தான். தயவு செய்து இதைப் படிக்கும் போதோ அல்லது அதற்குப் பிறகோ அல்லது எப்போதுமோ நீங்க அழக் கூடாது. எனக்குப் பிடிச்சவங்க, என்ன சுத்தியிருக்கறவங்க அழுதா எனக்குக் கொஞ்சம் கூடப் பிடிக்காது. நம்மள சுத்தியிருக்கறவங்கள எப்பவும் சந்தோஷமா வச்சுக்கணும்னு நெனைக்கறவ நான். சோ தயவுசெஞ்சு அழாதீங்க. என்னோட இந்த முடிவு கண்டிப்பா உங்களுக்கு வருத்தத்தக் குடுக்கும்னு எனக்குத் தெரியும். ஆனாலும் வேறு எந்த வழியும், எந்த நம்பிக்கையுமின்றி போகவே நான் இந்த முடிவுக்குத் தள்ளப்பட்டிருக்கிறேன்.

நான் உங்ககிட்ட ஏற்கனவே பல முறை கூறியிருக்கிறேன். நீங்க இல்லாம என்னால என் எதிர் காலத்தை அமைத்துக் கொள்ளவே முடியாது. அப்படி ஒரு வாழ்க்கையை என்னால் கனவிலும் நினைத்துப் பார்க்க இயலாது. அப்படியே ஒரு வாழ்க்கையைத் தேடிக்கொண்டாலும் அது வைகறை இல்லாத இரவாகவே அமையுமென்று. அவை வெறும் வார்த்தைகளாக வர்ணிக்கப் பட்டவையயல்ல. அவை அனைத்தும் நிதர்சனம். உங்களை என் வாழ்விலிருந்து நீக்கி விட்டு என் வெறுமை நிறைந்த நாட்களை என்னால் ஒரு போதும் ஏற்றுக் கொள்ள முடியாது. இவையனைத்தையும் சகித்துக் கொண்டு ஆயுள் முழுதும் இறந்து வாழ்வதைக் காட்டிலும் உங்கள் நினைவுகளுடன் உங்களுக்கு மட்டுமே உண்மையாக இருந்து விட்டு இறப்பது மேலானது.

எனக்காக என் ஒருத்திக்காக மட்டுமே நான் கஷ்டப்பட்டு விடக்கூடாது என்பதற்காக மட்டுமே ஆறு வருடங்கள் 2190 நாட்கள் எந்த ஒரு மன வருத்தமுமின்றி ஒரு சிறு பொழுதும் என்னிடம் கோபப்பட்டு விடாமல் மிகப் பொறுமையாகக் காத்திருந்தீர்கள். வேறு ஒரு நபரால் இவ்வளவு பெரிய தியாகத்தை சர்வ சாதாரணமாக செய்ய முடியுமா என்றால் முடியுமென்று எனக்குத் தோன்றவில்லை. இந்த ஆறு வருடங்களில் உங்களுக்கு என் மீதுள்ள காதலும், நம்பிக்கையும், அக்கறையும், அரவணைப்பும் எள்ளளவும் குறைய வில்லை. உண்மையிலேயே அது எனக்கு அளவில்லாத வியப்பைத் தருகிறது. ஆனால் அந்த அன்பையும் உங்களுடன் நான் இருக்கும் போது உணர்ந்த பாதுகாப்பையும் என் வாழ்நாள் முழுதும் நிறைத்துக் கொள்ள எனக்கு அதிர்ஷ்டம் இல்லை.

உங்க அம்மா அப்பாக்கு எவ்ளோ மரியாதையும் முக்கியத்துவமும் குடுக்கறீங்களோ அதுல துளியும் குறையாம அதே மரியாதை என் அப்பாக்கும் அம்மாக்கும் குடுக்கறீங்க. உண்மையிலேயே நீங்க எனக்குக் கிடைச்சத நினைக்கும் போது நான் ரொம்ப லக்கின்னு தான் தோணுது அகில். இத்தன வருஷத்துல இவ்ளோ பிரச்சினைகளுக்குப் பிறகும் கூட நீங்க ஒரு முறை கூட என்னிடம் நாம கல்யாணம் பண்ணிக்கலாம், பிறகு உங்க அம்மா அப்பாவ சமாதானப் படுத்திக்கலாம்னு என்கிட்ட கேட்டதே இல்ல. அதுக்காக எப்பவுமே நான் உங்களுக்கு நன்றி சொல்லிகிட்டே இருக்கலாம். நான் உங்களுக்கு முக்கியம்ங்கிற ஒரே காரணத்துக்காக என் அம்மா அப்பாவோட சம்மதம் கிடைக்கணும் அப்படிங்கிறதுல ரொம்ப உறுதியா இருந்தீங்க.

கண்ணாடி காலங்கள்

என் தோழிங்கற ஒரே காரணத்துக்காக ஷக்தியையும் அவ பிரச்சினைகளிலிருந்து வெளில வந்து அவளைப் பழைய ஷக்தியா மாத்துறதுக்கு நிறைய முயற்சி எடுத்து நிறைய உதவி பண்ணுனீங்க. இன்னும் சொல்லப் போனால் அவ பழைய ஷக்தியா ஆனதுக்குக் காரணமே நீங்கதான்னு கூட சொல்லலாம். உங்களுக்கு உங்க சொந்த வேலைகள் நிறைய இருந்திருந்தாலும் நான் கேட்டேன் அப்படிங்கிற ஒரே காரணத்துக்காக என்னோட ஆசை எல்லாத்தையும் முகம் சுளிக்காம நிறைவேத்தியிருக்கீங்க.

என்னோட இன்டெர்வியூ அப்போ என்மேல முழு நம்பிக்கை வச்சு ஊக்கப்படுத்துனீங்க. நான் சோர்வடையும் போதெல்லாம் மன வேதனையடையும் போதெல்லாம் ஏதாவது விளையாட்டாக செய்து என்னை சிரிக்க வைத்துள்ளீர்கள். அப்புறம் நான் கேட்டேன்ற ஒரே காரணத்துக்காக உங்க அலுவலக வேலையெல்லாம் விட்டுட்டு அவ்வோ தூரம் எனக்காக வந்தீங்க, என்ன கோவிலுக்குக் கூட்டிட்டுப் போனீங்க. எல்லாவற்றையும் விட நீங்க நெனச்சிருந்தா கனடாவிலேயே இருந்திருக்கலாம். அது உங்கள் கனவென்று நீங்கள் கூட ஒரு முறை என்னிடம் கூறியிருக்கிறீர்கள். அதையும் எனக்காக விட்டுவிட்டு மறுபடியும் இந்தியா வந்துடீங்க. இவையனைத்திற்கும் மேலாக உங்கள் நான்கு பேரின் மிக அழகான நந்தவனத்தில் எனக்கும் சில காலம் இடமளித்துள்ளீர்கள். இவையனைத்துமே எனக்காக என்மேல் நீங்கள் கொண்ட காதலுக்காக மட்டுமே என்று அடிக்கடி நினைத்து உள்ளம் குளிர்ந்திருக்கின்றேன்.

கொஞ்ச நாள் முன்னாடி நம்ம பேசிட்டிருக்கும் போது நீங்க சொன்ன ஒரு விஷயம் எனக்கு ஞாபகத்துக்கு வருது அகில். சேர்ந்தும் பல காதல்கள் இறந்ததுண்டு, பிரிந்தும் பல காதல்கள் வாழ்ந்ததுண்டுன்னு சொன்னீங்க. அப்போ அது எனக்குப் புரியல. ஆனா அது எவ்வோ பெரிய உண்மைன்னு இன்னைக்கு என்னால புரிஞ்சுக்க முடியுது அகில். நீங்க சொன்னது முழுக்க முழுக்க சரி தான்.

நம்ம லவ் பண்ணோம்ங்கிறதத் தாண்டி நீங்க எனக்கு ஒரு பெஸ்ட் ஃப்ரெண்ட் ஆகவும் இருந்துருக்கீங்க. ஒரு அப்பா தன்னோட குழந்தையைப் பாத்துக்கற மாதிரி இந்த ஆறு வருஷமா என்னை எப்போதுமே அழ விடாமல் பார்த்துக் கொண்டுள்ளீர்கள். ஒரு கணவன் தன் மனைவிக்கு எவ்வளவு உரிமையும் சுதந்திரமும் கொடுப்பாங்களோ அவ்வோ சுதந்திரம் கொடுத்து என்மேல நீங்க ஆரம்பத்துல வச்சிருந்த நம்பிக்கை குறையாம இருந்துருக்கீங்க. நான் இதெல்லாம் மிஸ் பண்ணப் போறேன் அகில்".

அப்புறம் நீங்க ரொம்ப நாள் முன்னாடி என்கிட்ட ஒரு விஷயம் கேட்டீங்க. உங்ககிட்ட என்னோட சின்னச் சின்ன ஆசைகள் என்னென்னன்னு. நான் இப்போ சொல்ல மாட்டேன்னு சொன்னேன். ஆனால் கனவிலும் நினைக்க வில்லை. இப்படியொரு சூழ்நிலையில் தான் அதை உங்களிடம் சொல்ல முடியுமென்று. ஆனால் இப்பொழுது சொல்லா விட்டால் இந்த ஆசைகள் பின்னெப்போதுமே சொல்லப்படாமலேயே என்னுள் புதைந்து விடும். அதையெல்லாம் இப்போ சொல்லிட்றேன்.

காலைல நீங்க ஆஃபிசுக்குக் கிளம்பும் போது உங்களுக்கு விபூதி வச்சு விட, உங்கள் சட்டையை நானும் போட்டுக் கொள்ள, மழையில் உங்களுடன் நனைந்திட, எனக்கு மனசு கஷ்டமாயிருந்தால் உங்கள் தோள் சாய்ந்து மடி சாய்ந்து அழுதிட, நீங்க எனக்குப் பூ வச்சு விட, நீங்க தூங்கிட்டு இருக்கும் போது உங்கள் அருகில் வந்து உங்கள் காதோரம் நின்று கத்தி உங்களை எழுப்பி விட, தினமும் உங்களுக்கு சாப்பாடு ஊட்டி விட, நம் இருவரின் உறவினர் அனைவரின் இல்ல விசேஷங்களுக்கும் நாம் இருவரும் ஒன்றாகவே சென்றிட, உங்களுக்கு லிப்ஸ்டிக் போட்டு விட, சாமி கும்பிடும் போது என் அம்மா அப்பாவுடன் சேர்த்து முதல் வேண்டுதல் உங்களுக்கானதாயிருக்க, தினமும் புதிதாக ஏதாவது சமைக்கக் கற்றுக் கொண்டு உங்களுக்குப் பரிமாறிட, எனக்குப் பிடித்த பாடல்களையெல்லாம் தனிமையில் உங்களுடன் கேட்டு ரசித்திட, இருவரும் ஒன்றாக அமர்ந்து ஊஞ்சலில் விளையாடிட, எனக்கு நீங்க நெயில் பாலிஷ் வச்சு விட, கடற்கரை மணலில் உங்களுடன் நடந்து அலைகளின் ஆரவாரத்தை ரசித்து மணல் வீடு கட்டி மகிழ்ந்திட, ஊசிக்காகவும், மாத்திரைக்காகவும் நான் பயப்படும் போதெல்லாம் உங்கள் கைகளை இறுகப் பற்றிக் கொள்ள, நீங்க கஷ்டப்படறப்போ ஒரு அம்மாவைப் போல் உங்க பக்கத்துல உக்காந்து உங்கள் தலை கோதி நானிருக்கிறேன் என்று ஆறுதல் கூற, இரவில் உங்கள் விரல்களைப் பிடித்துக் கொண்டு தூங்கிட, மாலை வேளைகளில் உங்களுடன் வானவில் பார்த்து மகிழ்ந்திட, என் வாழ்க்கையில நான் ரொம்ப பயப்படற விஷயங்களை உங்களிடம் சொல்லி அதற்கு நீங்கள் என்னை சமாதானப் படுத்திட, நம்ம வீட்டுக்கு முன்னாடி நெறய செடிகள் மரங்கள் எல்லாம் வளர்த்திட, டிவி பாக்குறப்போ நீங்களும் நானும் ரிமோட்டுக்கு சண்டை போட்டிட, நடு ராத்திரி மொட்டை மாடில நிலவொளில ரெண்டு பேரும் உக்காந்து கதை பேசி நட்சத்திரங்கள் எண்ணிட, யாருமில்லாதப்போ உங்கள 'டா' சொல்லிக் கூப்பிட, உங்க கூட கண்ணாமூச்சி விளையாட, ஒரு நோட்புக் முழுக்க உங்க பேரையும் என் பேரையும் எழுதிட, காரணமே இல்லாம

கண்ணாடி காலங்கள்

உங்ககிட்ட சண்டை போட, உங்களுக்கு நகம் வெட்டி விட, நம்ம எல்லாரும் சேர்ந்து அனுவுக்கு நல்ல பையனாப் பார்த்துக் கல்யாணம் செய்து வைக்க, ஃபோன், இன்டர்நெட், அனுவலக வேலை இதெல்லாம் எதுவும் இல்லாமல் ஒரு நாள் ஒரே ஒரு நாள் நிம்மதியாக சிரித்து விளையாடி மகிழ்ந்திட, நம்ம பாப்பாவுக்கு அழகான இனிய தமிழ்ப் பெயர் வைத்திட, அவளோட குழந்தைப் பருவத்தை ஃபோன், வீடியோ கேம் இப்படி எதுவும் சிதைத்து விடாமல் அதை அப்படியே ஒரு மலர்க் கொத்து போல் அவளிடம் கொடுத்திட, அவளுக்கு நிறைய மொழிகள் கத்துக் குடுக்க, அவளுக்கு சாதி மதம்னா என்னன்னே தெரியாம அவளை வளர்த்திட, அறிவையும், படிப்பையும் தாண்டி அவளுக்கு நற்குணங்கள் கற்பித்து அவளை ஒரு நல்ல மனுஷியா இந்த சமூகத்துல வளர்த்திட, இன்னும் பல வருடங்கள் கடந்தாலும் என்ன நீங்களும் உங்கள நானும் இதே மாதிரி பிரியம் மாறாமல் நேசித்திட, உங்கள் வாழ்நாள் முழுதும் வசந்தத்தை நிறைத்து ஆயுள் முழுதும் அன்பைக் கொட்டிட, இவை எல்லாவற்றிற்கும் மேலாக வாழ்க்கையில் எந்த ஒரு நிமிடமும் காதலில் தவறான முடிவெடுத்து விட்டோமோ என்ற சந்தேகத்தை குழப்பத்தை உங்களுக்குத் தாராமலிருக்க, இப்படி ஏராளம் ஏராளம் ஆசைகள் அகில்.

நீங்க நினைக்கலாம், இவ்ளோ ஆசைகளை மனதில் வைத்துக் கொண்டு பிறகு ஏன் இந்தத் தவறான முடிவென்று. தவறான முடிவு தான். நானே ஒத்துக் கொள்கிறேன். நான் எப்போதுமே தற்கொலைக்கு எதிரானவள் தான். ஆனால் இந்த சூழ்நிலையில் எனக்கு வேறேதும் நிச்சயமாகத் தோன்றவில்லை. என் பெற்றோரும் ஒத்துக் கொள்ள வேண்டும், நான் மனதார விரும்பிய ஒருவரையும் மணந்து கொள்ள வேண்டும் என்ற கனவு இந்த ஜென்மத்தில் கனவாக மட்டுமே பொய்க்கப் போகிறது.

தற்கொலை மகா முட்டாள்தனம் என்று தெரிந்தும் அந்த முடிவெடுக்க ஒரே காரணம் தான் அகில். நீங்கள்! நீங்கள் மட்டும் தான். தயவு செய்து தவறாகப் புரிந்து கொள்ள வேண்டாம். உங்களால் அல்ல, உங்களுக்காக. காரணம் என் உயிரையும் உள்ளத்தையும் ஒருவரிடம் தந்து விட்டு என் உடலை மட்டும் இன்னொருவரிடம் தருவதில் எனக்கு உடன்பாடில்லை. என் மனசாட்சி அதற்கு இடம் கொடுக்க வில்லை. அதனால் தான் இந்த முடிவுக்கு வந்துள்ளேன்.

இப்போ நான் சொன்ன என்னோட எந்த ஆசையும் நிறைவேறப் போறதில்லைன்னு எனக்கு நல்லாத் தெரியும் அகில். ஆனாலும் உங்களைப் பொறுத்த வரை எனக்கு ஒரு கடைசி ஆசை. கண்டிப்பாக நீங்கள் நிறைவேற்றித்தான் ஆக வேண்டும். இதைப்படித்து விட்டோ

அல்லது அதற்குப் பிறகு எப்போதுமே என்னை நினைத்து நம் நினைவுகளை நினைத்துக் கண்ணீர் சிந்தக் கூடாது. ப்ளீஸ் இதை மட்டும் எனக்காகப் பண்ணுங்க அகில்.

நான் இல்லாமல் போனாலும் என் நினைவுகள் காலம் முழுதும் உங்களுடனேதானிருக்கும் அகில். அதில் நிச்சயமாக எந்த சந்தேகமும் இல்லை. ஐ லவ் யூ ஆல்வேஸ் அண்ட் ஃபார் எவர் அகில்.

என்றும் தித்திக்கும் நினைவுகளுடனும், திகட்டாத காதலுடனும்
உங்கள்,
வினு அகிலன்".

படித்து முடித்தவனின் கண்களில் ஆறாகப் பெருகியிருந்த கண்ணீர் அவன் மனதை எரிதழலாய் சுட்டெரித்தது. அந்த நிமிடம் அக்கடிதத்தைத் தன் நெஞ்சோடு அணைத்தவனின் மனதில் ஆயிரமாயிரம் எண்ணங்கள்.............. 'என்னோடு எப்படியெல்லாம் வாழ ஆசைப்பட்டிருக்கிறாள்? அனைத்தையும் நிராசையாக்கி விட்டேனே! நான் இன்னும் கொஞ்சம் கவனமாக இருந்திருக்க வேண்டும். அத்தனை ஆசைகளும் பொய்யாய்ப் போன அந்த நிமிடம் அவள் எவ்வளவு வேதனையடைந்திருப்பாள், எவ்வளவு உடைந்திருப்பாள், ஆறுதல் சொல்லக்கூட ஆளில்லாமல் எவ்வளவு தவித்திருப்பாள்' என்று எண்ணி எண்ணி விரக்தியடைந்தான். அந்தக் கடிதத்தைத் தன் நெஞ்சோடு அணைத்துத் தன் முகத்தை அதில் புதைத்துக் கொண்டு துடித்தவனின் உள்ளம் சுக்கு நூறாய் சிதறியிருந்தது.

'என் வாழ்நாளில் முதலும் கடைசியுமாய் நான் ஆசைப்பட்ட ஒரே ஒரு பெண் நீ மட்டுமே வினு! நான் ஆசை கொண்ட ஒரே ஒரு விஷயம் உன்னோடு சேர்ந்து வாழ்வது, ஆயுளின் அந்தி வரை காதல் குறையாமல் உன்னைப் பார்த்துக் கொள்வது, முதுமையிலும் உன்னை என் குழந்தையாக நினைத்து உன் தேவைகளைப் பூர்த்தி செய்திட, உன் சுமைகளை என் சுகங்களாய் ஏற்றிட. நான் ஆசைப்பட்டதெல்லாம் இவ்வளவு தான் வினு. கடவுள் அதைக் கொடுத்திடாமல் என்னை துர்பாக்கியசாலியாக்கி விட்டார்.

என் வாழ்வில் அனைத்துமிருந்தும் இன்று முழுமையற்றுப் போய் விட்டேன். இனி அந்த வெற்றிடத்தை வேறு யாராலும் நிரப்பவே இயலாது வினு. ஒரு நொடியில் உன் உயிரைப் போக்கிக் கொண்டு வாழ்க்கை முழுதும் உயிர் போகும் ரணத்தை எனக்குக் கொடுத்துச்

கண்ணாடி காலங்கள்

சென்று விட்டாயே வினு!' என்று புலம்பிப் புலம்பி அந்தக் கடிதத்தைத் தன் விழி நீரால் நனைத்துக் கொண்டிருந்தான்.

ஒவ்வொரு விஷயமாய் அசை போட்டுக் கொண்டிருந்தவனின் மனதில் சில விஷயங்கள் ஞாபகத்துக்கு வந்தன. 'எங்க வீட்டுல எல்லாரையும் பாக்கணும் போல இருக்குன்னு சொன்னியே வினு. அப்போ கூட என்னால புரிஞ்சுக்க முடியலையே! அம்மா அப்பாகிட்ட கடைசியா இதப்பத்தி பேசிட்டேன்னு கூட சொன்னியே. அன்னைக்குக் கூட இப்படிலாம் பேசக்கூடாதுன்னு திட்டினேனே தவிர நீ இந்த அர்த்தத்துல தான் சொன்னன்னு எனக்குத் தெரியாம போயிடுச்சே வினு! ஞாயிற்றுக் கிழமை நீ சென்னை போகல வீட்டுக்குப் போறேன், ரெண்டு நாள் லீவ் போட்டு இருக்கேன்னு சொன்ன. அப்பவும் உன்ன எதுவும் கேக்காம விட்டுட்டேனே!' என்று தன் அறியாமையை நினைத்துத் தன்னைத் தானே திட்டிக் கொண்டான்.

திடீரென்று ஏதோ ஞாபகம் வந்தவனாய் ஷக்தியை அழைத்தான். அவனது பெயரைப் பார்த்ததும் என்ன பேசுவது? என்ன ஆறுதல் கூறி அவனை எப்படி சமாதானப் படுத்துவது? நம் வாழ்க்கையை நம்மிடம் பத்திரமாக மீட்டுக் கொடுத்தவன். இன்று அவன் மிகப்பெரிய துயரத்திலிருக்கிறான். அவனுக்கு எப்படி உதவிடப் போகிறோம் என்ற தவிப்புடன் அவன் அழைப்பை ஏற்றாள்.

"ஷக்தி".

"................................

அகிலன் ஆர் யூ ஓகே?"

"ஐ கேன் நெவர் பீ ஓகே ஷக்தி".

அவனது வலியைப் புரிந்து கொண்டவள் வார்த்தைகளின்றி மறுமுனையில் மௌனமானாள். பிறகு அவளே தொடர்ந்தாள்.

"நான் ஒவ்வொரு முறை மனம் உடைந்து பேசிய போதெல்லாம் வாழ்க்கையின் மீது எனக்கிருந்த பிடிப்பு தளர்ந்த போதெல்லாம் வினு தான் எனக்கு உற்ற துணையாய் இருந்திருக்கிறாள். அவளிடம் ஐந்து நிமிடம் பேசினாலே அவளது வார்த்தைகள் சுற்றியிருப்பவர்களை ஊக்கப்படுத்தும் ஆற்றல் கொண்டவை. நான் விரக்தியடைந்த போதெல்லாம் எனக்குத் தோள் தந்து தைரியம் கொடுத்திருக்கிறாள். எனக்குத் துன்பம் நேர்ந்த போதெல்லாம் நான் தேடிய ஒரே முகம், ஒரே இதயம் வினு மட்டுமே.

வாழ்க்கையின் மீதும் தன் மீதும் அதீத நம்பிக்கை கொண்டிருந்தவள். எவ்வளவு கடினமானதாயிருந்தாலும் எதையும்

சாதித்து விடலாம் என்ற அளவிற்கு அபாரமான தன்னம்பிக்கை உடையவள். துணிச்சலான பெண் இப்படியொரு துணிச்சலற்ற முடிவை எடுத்து விடுவாளென்று நான் ஒரு நொடிப் பொழுதும் யோசித்ததில்லை அகிலன். அவளின் இந்தத் தவறான முடிவு கெட்ட கனவாக மாறிவிடக் கூடாதா என்ற ஆதங்கம் இப்போ வரைக்கும் எனக்கிருந்துகிட்டே தான் இருக்கு.

தெரிந்தவர்கள், நண்பர்கள் யாராவது தற்கொலை செய்து கொண்டால் அல்லது அதைப் பற்றிப் பேசினால் கூட அவர்களைக் கடுமையாகத் திட்டும் அளவிற்கு மனமுடைய பெண். எது நடந்திருந்தால் தான் என்ன அல்லது எது நடக்காமல் போய் விட்டால் தான் என்ன? நம்மால் வாழ முடியாதா? எதுவாயினும் நிச்சயம் வாழ்ந்து காட்டலாம் என்று கூறுபவள் இன்று தன்னையே முடித்துக் கொண்டு விட்டாள் அகிலன். இன்னுமும் என் மனம் அதை ஏற்கவும் நம்பவும் மறுக்கிறது".

"உண்மை தான் ஷக்தி. நானே கூடவும் பார்த்திருக்கிறேன் எந்தவொரு விஷயத்திலும் வினுவின் மன உறுதி வார்த்தைகளுக்கப்பாற்பட்டது, பாராட்டப்பட வேண்டியது. நான் பல முறை வினுவின் துணிச்சலைக் கண்டு வியந்திருக்கிறேன். அசாத்தியமான நெஞ்சுரம் கொண்டவர்களையும் கூட வாழ்க்கையும் மனதுக்கு நெருக்கமானவர்களும் ஒரு நிமிடத்தில் கோழையாக்கி விடுகிறார்கள். வினுவிற்கும் அதுதான் நடந்துள்ளது. வினு இந்த முடிவெடுக்கறதுக்கு முன்னாடி உங்ககிட்ட எதாவது சொன்னாளா? மனம் விட்டு ஏதேனும் பேசினாளா?"
அவனையும் அவனது கேள்விகளையும் புரிந்து கொண்டவள்

"எதுவுமேயில்லையே அகிலன். அப்படி ஏதேனும் நான் சிறிது சந்தேகப்பட்டிருந்தாலும் கூட அவளின் பெற்றோருக்கோ உங்களுக்கோ அழைத்துப் பேசியிருப்பேனே! அல்லது நேரில் அவள் வீட்டுக்கே சென்று அவளை சமாதானப்படுத்தி அவளது மனதையும் இந்த விபரீத முடிவையும் மாற்ற முயற்சி செய்திருப்பேனே! யாருக்கும் ஒரு சிறு சந்தேகமும் வந்து விடாமல் இப்படி செஞ்சுட்டா. காலத்துக்கும் நம்ம எல்லாரையும் கண்ணீர் சிந்த வச்சுட்டாளே!"
"..."
"தயவு செய்து என்னை மன்னித்து விடுங்கள் அகிலன். வினு போனதுல இருந்து என் குற்ற உணர்ச்சி என்னைக் கொஞ்சம் கொஞ்சமா கொன்னுட்டு இருக்கு".
"என்ன ஆச்சு ஷக்தி?"

"நான் என் சொந்த வாழ்க்கையில ரொம்ப கஷ்டப்பட்டுட்டு இருந்தப்போ, என் வாழ்நாளின் இருண்ட நாட்களில் இருந்தப்போ, சொல்லப் போனா கல்யாணம்கிற ஒரு விஷயத்துல ஒரு சதவீதம் கூட நம்பிக்கையே இல்லாம இருந்தப்போ என்ன மாத்த முயற்சி செஞ்சது நீங்க ரெண்டு பேரும் தான். என்னைத் திரும்பப் பழைய வாழ்க்கைக்குக் கூட்டிட்டு வந்து என்ன நார்மல் ஆக்குனது முழுக்க முழுக்க நீங்க ரெண்டு பேரும் தான்.

இன்னைக்கு எனக்கு இந்த வாழ்க்கை அமைந்திருப்பதற்குக் காரணமும் நீங்களும் விணுவும் தான். அதற்காக உங்கள் இருவருக்கும் எப்பொழுதும் என் நன்றி கலந்த அன்பு இருக்கும். ஆனால் உங்களுக்கும் விணுவுக்கும் இப்படி ஒரு பிரச்சினை, கஷ்டம்னு வந்தப்போ என்னால ஒரு சிறு உதவி கூட செய்ய முடியல. அந்தக் குற்ற உணர்வு எனக்கு இப்போ மேலோங்கியிருக்கு. என்ன மன்னிச்சுடுங்க அகிலன்".

"இதுல நீங்க வருத்தப்பட எதுவுமில்லை ஷக்தி. எல்லாமே என் கவனக் குறைவு. நீங்கள் குற்ற உணர்வோடு இருக்க வேண்டாம்".

'இத்தனை வலியிலும் எனக்கு ஆறுதல் கூறுகிறான்! இப்படி ஒருவனுடன் வாழ விணுவிற்குக் கொடுத்து வைக்க வில்லையே!' என்று விதியை நொந்து கொண்டு அழைப்பைத் துண்டித்தாள்.

இப்படியாக விணு தன் உலகத்திற்குள் வந்ததிலிருந்து மகிழ்ச்சி, ஆசைகள், எதிர்பார்ப்புகள், இன்பக் கனவுகள், ஏக்கங்கள், ஏமாற்றங்கள், துன்பங்கள் கடைசியாக ஏற்கவே முடியாத அவளின் பிரிவு என ஆறு வருடங்களாகத் தன் வாழ்வில் நடந்த அனைத்தையும் சோகம்
தருவதாயிருந்தாலும் அதைத் தவிர்க்க முடியாத படி தன் வாழ்விலிருந்து பிரிக்க முடியாத படி நினைத்துப் பார்த்துக் கொண்டிருந்தவனின் கண்ணீர்த் துளிகளில் கரைந்து கொண்டிருந்த முழுமதி விடியலுக்கு வித்திட்டுக் கொண்டிருந்தாள். புலர்ந்து கொண்டிருந்த அந்த அதிகாலைப் பொழுதில் பல இரவுகள் போல அந்த இரவும் தூங்காமல் கழித்தவனின் விழிகளோடு சேர்ந்து அவனது நெஞ்சமும் சற்று வீங்கியிருந்தது.

தன் வாழ்க்கைக்கு வர்ணம் பூசியவள், தன் நாட்களுக்கு வாசம் சேர்த்தவள், தன் வழித்தடமெங்கும் வானவில்லை விதைத்தவள் இப்படித் தன் வாழ்க்கையிலும் வாழ்க்கைக்கும் ஒரு ஒரு நொடியும் அழகும் இன்பமும் சேர்த்தவள், தனக்கு இனிய நினைவுகளைப் பரிசாய்

அளித்தவள் தன் வாழ்விலிருந்து நீங்கி வெறும் நினைவுகளாய்ப் போய் விடவே வேலை வெறுமையாகி, நாட்கள் நரகமாகி, தன் உலகமே நிறமிழந்து சூன்யமாகி வாழ்க்கையை வாழ முடியாமல் நாட்களை நகர்த்திக் கொண்டிருக்கிறான்.

அவளது குரல், அவளது சிரிப்பு, அவளுடனான உரையாடல்கள், அவளுடனான பேருந்துப் பயணங்கள் அவளுடன் சென்று வந்த இடங்கள், அவளுடன் சேர்ந்து நடந்த சாலைகள், அவளது ஆறுதல் தரும் வார்த்தைகள், தன்னை ஈர்க்கும் அவளது பார்வை, அவளுடன் பேசிய தொலைபேசி அழைப்புகள், தன் பிறந்த நாளன்று தனக்கு அவள் எழுதியிருந்த கவிதை, தனக்கு அவள் கடைசியாய் எழுதிய கடிதம், அவள் ஸ்பரிசங்கள், அவளது குழந்தைத் தனமான பேச்சு, அவள் காதல்.......இப்படி இன்னும் எத்தனை எத்தனையோ.....

அவள் நினைவுகளுடனே, நினைவுகளினூடே வாழ்ந்து கொண்டிருக்கும் அவனது இதயத்திற்கு மாத்திரமே தெரியும் ஆயுளின் அந்தம் வரை தான் அந்த கனக்கின்ற சுகமான நினைவுகளைச் சுமந்து கொண்டு மட்டுமே வாழப்போகிறானென்று.

கண்ணாடி காலங்கள்

www.ingramcontent.com/pod-product-compliance
Lightning Source LLC
LaVergne TN
LVHW091712190726
843493LV00001B/269